KINH THÁNH CHO MÓN NƯỚNG VÀ NƯỚNG CỦA BẠN

100 công thức nấu ăn tuyệt vời để làm chủ nghệ thuật nướng và khiến bạn bè và gia đình kinh ngạc

Hằng Khả

mọi quyền.

từ chối trách nhiệm

Thông tin trong Sách điện tử này nhằm mục đích phục vụ như một bộ sưu tập toàn diện các chiến lược mà tác giả của Sách điện tử này đã thực hiện nghiên cứu. Tóm tắt, chiến lược, mẹo và thủ thuật chỉ là đề xuất của tác giả và việc đọc Sách điện tử này sẽ không đảm bảo rằng kết quả của một người sẽ phản ánh chính xác kết quả của tác giả. Tác giả của Sách điện tử đã thực hiện tất cả các nỗ lực hợp lý để cung cấp thông tin hiện tại và chính xác cho người đọc Sách điện tử. Tác giả và các cộng sự của ông sẽ không chịu trách nhiệm pháp lý cho bất kỳ lỗi hoặc thiếu sót không chủ ý nào có thể được tìm thấy. Tài liệu trong Sách điện tử có thể bao gồm thông tin của bên thứ ba. Tài liệu của bên thứ ba bao gồm các ý kiến được thể hiện bởi chủ sở hữu của họ. Do đó, tác giả của Sách điện tử không chịu trách nhiệm hoặc trách nhiệm pháp lý đối với bất kỳ tài liệu hoặc ý kiến của bên thứ ba nào. Cho dù là do sự phát triển của internet hay do những thay đổi không lường trước được trong chính sách của công ty và nguyên tắc gửi biên tập, những gì được coi là sự thật tại thời điểm viết bài này có thể trở nên lỗi thời hoặc không thể áp dụng được sau này.

Sách điện tử có bản quyền © 2022 với mọi quyền được bảo lưu. Việc phân phối lại, sao chép hoặc tạo tác phẩm phái sinh từ toàn bộ hoặc một phần Sách điện tử này là bất hợp pháp. Không có phần nào của báo cáo này có thể được sao chép hoặc truyền lại dưới bất kỳ hình thức nào mà không có sự cho phép rõ ràng bằng văn bản và có chữ ký của tác giả.

Mục Lục

Mục Lục 3
Giới Thiệu 7
Xiên 9
1. Gà Giá 10
2. Xiên hải sản tráng men táo 13
3. Cá xiên nướng 15
4. Bò sốt vang xiên 17
5. Bí ngòi xiên nướng tiêu 19
6. Vườn xiên que 21
7. Tôm xiên tỏi 24
8. Thịt xiên Halloumi 26
9. Thịt cừu xiên kiểu Nhật 29
10. Thịt các loại 31
11. Sò điệp piri piri xiên 34
12. Nấm portabella và ớt 37
13. Khoai tây đỏ xiên 40
14. Sò điệp xiên que 42
15. Đậu hũ sốt cam xiên que 44
16. Xiên gà kiểu Yucatan 47
17. Bò dải teriyaki 49
18. Lửa 51
19. Gà xiên kiểu Hy Lạp 53
20. Thịt nướng sốt teriyaki và nấm 55
21. Gan bê xiên pancetta 58
22. Mahi-mahi xiên bơ hải sản 61
23. Đuôi tôm hùm trái cây nhiệt đới nướng 64
24. Thịt heo nướng nhiệt đới 67
25. Gà xiên kiểu Á 69
26. Chồng gà nướng 71
27. Xôi xúc xích kabobs 73

28.	XÚC XÍCH NƯỚNG VÀ BÁNH NGÔ MÙ TẠT	75
29.	BÒ KHO TIÊU	77
30.	RAMJAM GÀ	79
31.	THỊT NƯỚNG XIÊN	81
32.	BÍT TẾT FAJITAS	83
34.	TÔM HÚNG QUẾ	87
35.	MÌ CĂN NƯỚNG VÀ RAU KABOBS	89
36.	RAU CỦ XIÊN NƯỚNG SỐT BÔNG LAU	91
37.	RAU CỦ XIÊN NƯỚNG	94
38.	RAU CỦ NƯỚNG CHIMICHURRI	97
39.	CAM DÂU XIÊN NƯỚNG	100
40.	GÀ NƯỚNG HẠNH NHÂN	102
41.	THỊT HEO NƯỚNG SẢ	105
42.	LÒNG BÒ	108
43.	NƯỚNG " THẬP CẨM"	111

CÁNH NƯỚNG ... 114

44.	CÁNH NƯỚNG ỚT	115
45.	CÁNH GÀ NƯỚNG NÓNG HỔI	117
46.	CÁNH GÀ TIÊU TRẮNG	119
47.	CÁNH GÀ NGÂM NƯỚC TƯƠNG	122
48.	CÁNH GÀ BBQ KIỂU THÁI	124
49.	CÁNH	127
50.	CÁNH NƯỚNG CAY	130
51.	CÁNH NƯỚNG	133
52.	CHIM SÁO BBQ	135
53.	CÁNH TRÂU NƯỚNG	137
54.	CÁNH GÀ SODA CHANH	139

XÚC XÍCH NƯỚNG ... 141

55.	XÚC XÍCH VIÊN ĂN SÁNG	142
56.	LẠP XƯỞNG NƯỚNG NẤM	144
57.	TAPAS XÚC XÍCH NƯỚNG	147
58.	XÚC XÍCH NƯỚNG	150

59.	XÚC XÍCH HUN KHÓI NƯỚNG	153
60.	BÁNH MÌ XÚC XÍCH ĂN SÁNG	156
61.	LẠP XƯỞNG NƯỚNG	158
62.	XÚC XÍCH ANDOUILLE NƯỚNG	160
63.	BÁNH CREPINETTE XÚC XÍCH THÚ RỪNG NƯỚNG	163
64.	XÚC XÍCH CỪU MAROC NHÀ LÀM	166
65.	XÚC XÍCH	169
66.	BÁNH NGÔ XÚC XÍCH NƯỚNG	172
67.	BÁNH MÌ XÚC XÍCH NƯỚNG	174
68.	LẠP XƯỞNG NƯỚNG TIÊU	177
69.	XÚC XÍCH NƯỚNG MÙ TẠT CAY	180
70.	XÚC XÍCH NƯỚNG VÀ PORTOBELLO	182
71.	LẠP XƯỞNG NƯỚNG SỐT	185
72.	LẠP XƯỞNG ....NƯỚNG NHO 188	
73.	XÚC XÍCH GÀ THÁI NƯỚNG	190
74.	Tôm nướng xúc *xích 192* 192	

GIỚI THIỆU

Nướng là nấu một thứ gì đó trên vỉ nướng hoặc lửa trần, với nguồn nhiệt trực tiếp, với nắp mở. Ít hoặc không có khói tham gia vào quá trình này và nó được sử dụng cho những thứ nấu chín kỹ ở nhiệt độ trung bình đến cao.

Nướng thịt được thực hiện với nắp đậy kín, ở nhiệt độ thấp, thường là gián tiếp, thường liên quan đến việc hun khói như một phần của phương pháp nấu nướng. Nó được sử dụng cho các vết cắt và mối nối lớn hơn, có lợi trong thời gian nấu lâu và có thể xử lý mùi khói.

Mẹo nướng

A. Khi nấu bít tết, sử dụng nhiệt độ cao, trực tiếp. Điều này có nghĩa là thời gian nấu từ 9 đến 12 phút đối với bít tết vừa.

B. Đối với bánh mì kẹp thịt, sử dụng nhiệt độ trực tiếp từ trung bình đến cao. Điều này có nghĩa là 8 đến 10 phút cho một chiếc bánh mì kẹp thịt vừa.

C. Đối với thịt lợn, sử dụng, nhiệt trực tiếp. Điều này có nghĩa là một miếng thịt lợn cắt dày sẽ được thực hiện trong khoảng 12 phút.

D. Đối với gà, sử dụng nhiệt gián tiếp. Chắc chắn, đó là thời gian nấu lâu hơn, nhưng nó đảm bảo gà chín kỹ và không bị khô. Điều này có nghĩa là ức gà sẽ chín trong khoảng 20-25 phút.

E. Nếu áp dụng nước sốt, sử dụng lửa vừa và đợi cho đến khi nấu 5 phút cuối cùng. Nước sốt có thể có nhiều đường và đường bị cháy.

F. Đối với xúc xích, sử dụng nhiệt gián tiếp. Vì xúc xích có hàm lượng chất béo cao hơn nên điều này rất quan trọng để đảm bảo xúc xích không bị cháy/cháy khi nấu chín hoàn toàn. Điều này có nghĩa là xúc xích sẽ được thực hiện trong khoảng 25 phút.

G. Đối với cá, sử dụng nhiệt độ cao, trực tiếp. Điều này có nghĩa là một miếng cá hồi phi lê sẽ được hoàn thành trong khoảng 10 phút.

H. Đừng đâm thủng thị t của bạn. Tin tưởng vào nhiệt độ và thời gian nấu.

I. Đừng đẩy thị t của bạn xuống vỉ. Điều này thúc đẩy bùng phát. Bùng phát rất nguy hiểm. Chúng cũng dẫn đến làm cháy thức ăn của bạn.

J. Đối với rau, hãy phủ một lớp dầu, đảo thường xuyên và tránh để quá nhiều thành than.

XIÊN

1. Một con gà đắt tiền trên xiên

Năng suất: 6 phần ăn

Nguyên liệu

- 3 pound ức gà không xương, cắt thành miếng 4 inch
- 2 tép tỏi, băm nhỏ Muối và hạt tiêu cho vừa ăn
- 4 củ hành vừa phải, thái nhỏ
- 2 muỗng canh dầu
- $1\frac{1}{2}$ thìa cà phê Rau mùi
- $\frac{1}{2}$ muỗng cà phê thì là
- $1\frac{1}{2}$ muỗng cà phê bột cà ri nóng
- 1 muỗng canh đường nâu
- $\frac{1}{2}$ cốc nước cốt chanh tươi
- 4 muỗng canh mứt mơ
- 2 muỗng canh bột mì
- 30 nửa quả mơ khô
- 1 củ hành tây, cắt thành hình vuông 2 inch
- 2 Lá nguyệt quế

Hướng

a) Trong một đĩa lớn, trộn các miếng thịt gà, tỏi, muối và hạt tiêu; để qua một bên. Trong một chảo chiên vừa phải, chiên hành tây trong dầu cho đến khi vàng. Khuấy rau mùi, thì là và bột cà ri.

b) Khuấy để phủ hành tây, sau đó thêm đường nâu, nước cốt chanh và mứt. Thêm $\frac{1}{2}$ cốc nước. Đun sôi, khuấy liên tục. Loại bỏ nhiệt. Khi nguội, đổ lên gà. Thêm lá nguyệt quế và làm lạnh qua đêm. Ngày hôm sau, xiên thịt với hành tây và quả mơ vào xiên.

c) Nướng trên than hoặc nướng trong vỉ nướng (7 phút mỗi bên). Trong khi nướng thịt, vớt lá nguyệt quế ra khỏi nước muối và chuyển sang một cái nồi nặng. Đun sôi.

2. Xiên hải sản tráng men táo

Năng suất: 6 phần

Nguyên liệu

- 1 lon Nước táo đông lạnh cô đặc
- 1 muỗng canh MỖI bơ và mù tạt Dijon
- 1 quả ớt đỏ ngọt lớn
- 6 khúc thịt xông khói
- 12 con sò biển
- 1 pound tôm bóc vỏ, bỏ chỉ (khoảng 36 con)
- 2 muỗng canh rau mùi tây sạch

Hướng

a) Trong một cái chảo sâu, nặng, đun sôi nước táo cô đặc trên lửa lớn trong 7-10 phút hoặc lâu hơn cho đến khi giảm còn khoảng $\frac{3}{4}$ cốc. Tắt bếp, đánh bơ và mù tạt cho đến khi mịn. Để qua một bên. Cắt ớt làm đôi, bỏ hạt và cuống, cắt ớt thành 24 miếng. Cắt đôi miếng thịt xông khói theo chiều ngang, bọc từng con sò trong miếng thịt xông khói.

b) xiên hạt tiêu, sò điệp và tôm xen kẽ vào 6 xiên. Đặt xiên trên vỉ nướng dầu. Nướng ở nhiệt độ cao vừa phải trong 2-3 phút, phết một lớp men nước táo và xoay thường xuyên, cho đến khi sò có màu đục, tôm có màu hồng và hạt tiêu chín mềm. Phục vụ rắc rau mùi tây.

3. Cá xiên nướng

Năng suất: 4 phần ăn

Nguyên liệu

- 1 pound cá trắng săn chắc
- 1 muỗng cà phê muối
- 6 tép tỏi
- $1\frac{1}{2}$ inch gừng tươi
- 1 muỗng canh garam masala
- 1 muỗng canh rau mùi
- 1 muỗng cà phê ớt cayenne
- 4 ounce sữa chua nguyên chất
- 1 muỗng canh Rau. dầu
- 1 quả chanh
- 2 quả ớt xanh cay

Hướng

a) Phi lê và da cá, sau đó cắt thành khối 11/2 inch. Đặt khoảng 5 miếng trên mỗi xiên và rắc muối.

b) Tạo hỗn hợp sệt từ tỏi, gừng, gia vị và sữa chua và dùng để phủ cá. Để yên trong vài giờ rồi nướng.

c) Xiên có thể được vẩy một ít dầu trong khi nấu, nếu cần. Trang trí với chanh cắt thành miếng và ớt xanh bỏ hạt.

4. Bò ngâm rượu xiên que

Năng suất: 4 phần ăn

Nguyên liệu

- 2 pound Thịt bò ngon
- 2 củ hành vàng, bóc vỏ và cắt làm tư
- 2 quả ớt xanh, bỏ hạt
- 2 muỗng canh dầu ô liu
- 1 thìa nước cốt chanh
- ¼ cốc Zinfandel
- ½ muỗng cà phê Oregano
- 4 Lá nguyệt quế
- 3 tép tỏi, đập dập
- Muối và hạt tiêu cho vừa ăn

Hướng

a) Cắt thịt bò thành khối 1¼ inch. Cắt rau thành hình vuông 1 inch.

b) Cho tất cả các nguyên liệu vào một đĩa thép không gỉ lớn và ướp trong khoảng 2 giờ, thỉnh thoảng trộn đều.

c) Xếp xen kẽ các loại rau và thịt trên xiên. Nướng cho đến khi có màu nâu nhạt, khoảng 15 phút, xoay một lần trong quá trình này.

5. Xiên bí ngòi nướng tiêu

Năng suất: 1 phần ăn

Nguyên liệu

- 1 quả ớt đỏ lớn, bỏ hạt và thái nhỏ
- 1 quả ớt vàng lớn, bỏ hạt và thái nhỏ
- 1 củ hành ngọt, cắt thành miếng
- 2 Bí xanh, phân khúc dày
- 2 muỗng canh dầu ô liu
- 2 tép tỏi, bóc vỏ và nghiền nát

Hướng

a) Ớt bỏ hạt và cắt miếng vừa ăn, bày ra đĩa cùng với hành ngọt cắt múi cau và bí xanh xắt múi cau.

b) Khuấy dầu ô liu và tỏi nghiền sau đó trộn đều. xiên các nguyên liệu vào xiên và nướng trên vỉ nướng trong 10-15 phút hoặc lâu hơn cho đến khi rau vừa mềm.

6. Làm vườn trên xiên

Năng suất: 6 phần ăn

Nguyên liệu

- 1 bắp ngô lớn; Vỏ trấu Lấy ra , cắt thành miếng 2 inch
- 12 mũ nấm lớn
- 1 quả ớt đỏ vừa phải ; cắt thành miếng 1-inch
- 1 quả bí xanh nhỏ; chưa gọt vỏ, cắt thành miếng 2 inch
- 12 quả cà chua bi
- ½ chén nước cốt chanh
- 2 muỗng canh rượu trắng khô
- 1 muỗng canh dầu ô liu
- 1 muỗng cà phê thì là
- 2 muỗng cà phê hẹ tươi băm nhỏ
- 1 muỗng cà phê mùi tây tươi băm nhỏ
- tiêu xay tươi; nếm thử

Hướng

a) Chuẩn bị một vỉ nướng bên ngoài với giá đỡ được bôi dầu đặt cao hơn 6 inch so với nguồn nhiệt. Trên vỉ nướng gas, đặt nhiệt ở mức vừa phải . Nếu sử dụng xiên kabob bằng gỗ, hãy ngâm 6 xiên trong nước ấm trong 15 phút. Điều này ngăn không cho xiên bắt lửa trong khi kabob nấu.

b) xiên rau vào xiên. Trộn tất cả các nguyên liệu còn lại để làm nước sốt.

c) Nướng rau kabobs tổng cộng trong khoảng 15 đến 20 phút, liên tục phết nước sốt cho đến khi rau hơi cháy.

7. Tôm xiên tỏi

Năng suất: 4 phần ăn

Nguyên liệu

- 1½ pound tôm Jumbo
- ½ chén dầu tỏi
- 1 muỗng canh bột cà chua
- 2 muỗng canh giấm rượu vang đỏ
- 2 muỗng canh húng quế tươi thái hạt lựu
- Muối
- Hạt tiêu mới xay

Hướng

a) Vỏ và chỉ tôm. Trộn đều các nguyên liệu còn lại

b) Trộn với tôm và để trong tủ lạnh từ 30 phút đến một giờ, thỉnh thoảng trộn.

c) Vớt tôm ra, chia lại phần nước ướp.

d) Xiên tôm bằng cách bẻ đôi mỗi con gần như làm đôi sao cho đầu to gần chạm vào đầu nhỏ hơn, sau đó cắm xiên ngay phía trên đuôi sao cho xiên xuyên qua thân hai lần.

e) Nướng cách than 4-6 inch trong 6-8 phút hoặc lâu hơn cho đến khi chín hẳn, xoay thường xuyên và phết hai hoặc ba lần bằng nước xốt dành riêng.

8. Thịt xiên Halloumi

Năng suất: 1 phần ăn

Nguyên liệu

- 250 gram Halloumi Cắt miếng vừa ăn
- 500 gam Nhỏ; khoai tây mới,
- ; luộc cho đến khi mềm
- Muối và tiêu
- Dầu ô liu
- thịt xiên nướng
- 45 ml dầu Olive
- 15 ml Giấm rượu trắng
- 5 ml Vỏ chanh
- 15 ml Ô liu xanh; Thái nhỏ
- 5 ml rau mùi xay
- 15 Ml lá ngò gai tươi; bị rách
- 1 tép tỏi; nghiền nát
- 5 ml mù tạt nguyên hạt
- Muối và tiêu
- 50 gram Xà lách thảo mộc tươi

Hướng

a) Xiên các miếng halloumi và khoai tây xen kẽ vào xiên.

b) Chải nhẹ với dầu và rắc muối và hạt tiêu.

c) Nướng trên vỉ nướng cho đến khi thịt nướng được làm nóng.

d) Trong khi đó, trộn tất cả các thành phần thay đồ với nhau trong một cái lọ có nắp vặn.

e) Dọn thịt nướng trên một lớp salad thảo mộc tươi và rưới nước sốt đã chuẩn bị lên trên.

9. Thịt cừu xiên kiểu Nhật

Năng suất: 8 phần ăn

Nguyên liệu

- 2 pound Thịt cừu nạc không xương
- ¼ chén nước tương
- 1 thìa mật ong
- 2 muỗng canh Giấm
- 2 muỗng canh Sherry
- 2 tép tỏi
- ¼ thìa cà phê gừng xay
- 1½ cốc nước dùng

Hướng

a) Trước khi nấu: Cắt thịt cừu thành các dải dày ⅛ inch, rộng ½ inch và dài 3 inch theo thớ thịt

b) Trộn các nguyên liệu còn lại (dùng máy ép tỏi đập dập tỏi) và đổ hỗn hợp lên thịt. Lật thịt để phủ đều thịt và để yên trong 1 giờ không đậy nắp ở nhiệt độ phòng - hoặc đậy nắp qua đêm trong tủ lạnh. Thỉnh thoảng lật thịt để gia vị thấm đều. Xiên thịt vào xiên.

c) Nướng chúng cách nguồn nhiệt khoảng 4 inch trong khoảng 2 phút cho mỗi bên.

10. Skewered nhiều thịt

Năng suất: 6 phần

Nguyên liệu

- 250 gram bánh ngọt thịt cừu
- Nước
- 1½ quả chanh
- 500 gram Lòng cừu
- 2 Thận cừu
- 1 củ hành tây nhỏ; nạo
- 2 quả chanh (chỉ lấy nước cốt)
- ½ chén dầu Olive
- 3 lá nguyệt quế; mỗi cái 3 miếng
- 1 muỗng cà phê oregano khô
- 2 muỗng canh Rau mùi tây thái hạt lựu
- 1 muỗng cà phê muối
- Hạt tiêu vừa mới nghiền
- vỏ xúc xích

Hướng

a) Rửa sạch bánh ngọt, cho vào chảo và ngập nước. Thêm nước cốt của ½ quả chanh. Đun sôi, sau đó để ráo nước. Cho gan, tim và nửa quả cật vào đĩa có nước lạnh đậy nắp và thêm nước cốt của 1 quả chanh.

b) Ngâm trong 30 phút, sau đó để ráo nước. Lấy da ra khỏi gan và cắt các ống lớn hơn từ gan và tim; cắt bỏ lõi mỡ từ thận. Cắt thịt và bánh ngọt thành miếng 3 cm (1-$\frac{1}{4}$ inch) rồi cho vào đĩa thủy tinh hoặc gốm.

c) trộn nước muối Thành phần và đổ lên thịt đã chuẩn bị. Đậy nắp và để trong tủ lạnh để ướp ít nhất 2 giờ. Đặt vỏ xúc xích vào nước lạnh và ngâm trong thời gian này. xiên thịt xen kẽ trên 6 xiên, thêm 2 miếng lá nguyệt quế vào mỗi xiên giữa các miếng thịt.

d) Để ráo vỏ xúc xích và quấn một đoạn dài vỏ xúc xích quanh thịt trên mỗi xiên, nhét các đầu vào trong để giữ vỏ xúc xích ở đúng vị trí.

e) Nướng từ từ trên than hồng rực, xoay xiên thường xuyên và thỉnh thoảng quét kokoretsi bằng nước xốt. Nấu trong 15 đến 20 phút, điều chỉnh độ cao của lưới hoặc di chuyển xiên sang phần lửa nguội hơn để kokoretsi chín từ từ. Phục vụ nóng.

11. Xiên sò điệp piri piri

Năng suất: 4 phần ăn

Nguyên liệu

- 1½ chén dầu ô liu
- 4 quả ớt jalapeno tươi; băm nhỏ
- 2 quả ớt poblano tươi; băm nhỏ
- 1 muỗng canh ớt đỏ nghiền
- 1 muỗng cà phê muối
- 1 muỗng cà phê tiêu đen mới xay
- 1 muỗng canh tỏi băm
- 12 con sò điệp tươi; làm sạch
- 2 chén salsa xoài và hạt tiêu nướng
- nhánh rau mùi tươi

Hướng

a) Làm nóng vỉ nướng. Trộn tất cả các thành phần trừ tỏi trong chảo trên lửa lớn. Nấu, khuấy, trong 4 phút. Khuấy tỏi và loại bỏ nhiệt.

b) Để nguội hỗn hợp. Đổ hỗn hợp vào một bộ xử lý thực phẩm. Nghiền hỗn hợp cho đến khi mịn. Làm lạnh nước sốt trong 7 ngày. Đặt 4 con sò trên mỗi xiên.

c) Ướp xiên trong Piri Piri trong 1 giờ. Đặt các xiên lên vỉ nướng nóng và nướng mỗi bên từ 3 đến 4 phút. Thỉnh thoảng phết nước sốt lên xiên.

d) Cho salsa vào giữa đĩa. Đặt xiên trực tiếp lên trên salsa. Trang trí với nhánh rau mùi tươi.

12. Nấm Portabella và ớt

Năng suất: 9 món khai vị

Nguyên liệu

- 2 nấm portabella lớn (tổng cộng 1/4 lb.)
- 1 muỗng canh dầu ô liu
- 1 tép tỏi, phân khúc
- 1 quả ớt xanh ngọt vừa phải
- 1 quả ớt đỏ ngọt vừa phải
- 1 quả ớt vàng ngọt vừa phải
- $\frac{1}{4}$ muỗng cà phê muối
- 16 nhánh hương thảo tươi 4 inch
- 1 muỗng canh giấm balsamic

Hướng

a) ra , bỏ cuống. Rửa sạch nấm rất chậm, đảm bảo loại bỏ hết bụi bẩn bám trên mang; thoát nước tốt trên khăn giấy. Cắt mỗi cây nấm thành tám ô vuông $\frac{1}{4}$ đến 1 inch.

b) Trong một vỉ nướng lớn, đun nóng $1\frac{1}{2}$ tấn dầu ô liu. Thêm miếng nấm và tỏi. Nấu, thỉ nh thoảng xoay bằng thìa, cho đến khi mềm và có màu nâu nhạt trong khoảng 6 đến 8 phút.

c) Trong khi đó, một nửa quả ớt; Vớt ra , bỏ cuống, hạt và gân. Cắt mười sáu miếng vuông 1 inch từ mỗi hạt tiêu. Bọc và làm lạnh phần ớt còn lại để sử dụng cho mục đích khác.

d) Với thìa có rãnh, chuyển các miếng nấm từ vỉ nướng sang đĩa để nguội một chút; bỏ tỏi.

e) Thêm dầu ô liu còn lại và các miếng hạt tiêu vào vỉ nướng. Chiên ớt cho đến khi có màu nâu nhạt - khoảng 5 phút. Chuyển miếng tiêu ra đĩa với nấm. rắc nấm và ớt với muối.

f) Dùng dao, cạo lá từ dưới $1\frac{1}{2}$ inch của nhánh hương thảo. Dùng que thử bánh hoặc tăm chọc một lỗ ở giữa từng miếng nấm và hạt tiêu. xiên một miếng tiêu mỗi màu và một miếng nấm vào mỗi nhánh hương thảo. Sắp xếp trên một tấm nướng có viền.

g) Ngay trước khi phục vụ, nướng nóng đến 375'F. Nướng xiên trong 10 phút hoặc cho đến khi nóng qua. Để phục vụ, sắp xếp trên một tấm bảng và rưới giấm lên.

13. Xiên khoai tây đỏ

Năng suất: 6 phần

Nguyên liệu

- 2 pound khoai tây đỏ
- ½ chén nước
- ½ chén Mayonnaise
- ¼ chén nước luộc gà
- 2 muỗng cà phê oregano khô
- ½ muỗng cà phê bột tỏi
- ½ muỗng cà phê bột hành tây

Hướng

a) Đặt khoai tây vào 2 Qt, an toàn với lò vi sóng, không bôi mỡ. món ăn. Đậy nắp và cho vào lò vi sóng ở nhiệt độ cao trong 12-14 phút, khuấy một lần rồi để ráo nước.

b) Trộn các thành phần còn lại trong một món ăn; thêm khoai tây. Che và làm lạnh trong 1 giờ. Để ráo nước, chia lại nước xốt . xiên khoai tây vào kim loại, hoặc xiên tre ngâm nước. Nướng, không đậy nắp, ở nhiệt độ vừa phải trong 4 phút, lật mặt, phết nước xốt dành riêng và nướng thêm 4 phút nữa.

14. sò điệp xiên que

Năng suất: 1 phần ăn

Nguyên liệu

- 1 pound sò điệp
- 12 Nấm
- 12 quả cà chua bi
- 2 Zucchini nhỏ, cắt thành ba phần
- ⅓ chén bơ đun chảy
- 1 muỗng cà phê nước sốt Worrouershire
- 2 muỗng cà phê nước cốt chanh tươi
- ⅛ muỗng cà phê tiêu
- 1 muỗng canh nước tương
- 1 muỗng canh mùi tây
- 3 chén cơm nóng

Hướng

a) Xiên sò điệp, nấm và cà chua xen kẽ trên 6 xiên; thêm miếng zucchini vào cuối mỗi kabob. Trộn các thành phần còn lại; chải qua kabobs. Nướng than 3 inch, phết sốt lên cho chín. Hoặc nướng vỉ, quay 1 lần. Dọn lên cơm nóng.

15. Đậu phụ xiên xốt cam

Năng suất: 4 phần ăn

Nguyên liệu

- 1 pound đậu phụ cứng, ráo nước
- 16 cái nấm Shiitake vừa phải
- 1 củ cải Daikon lớn
- 1 cái đầu cải chíp
- ½ chén nước tương
- ½ chén nước cam
- 2 muỗng canh Giấm gạo
- 2 muỗng canh dầu đậu phộng
- 1 muỗng canh dầu mè đen
- 2 muỗng canh Gừng tươi, băm nhỏ
- ¼ muỗng cà phê Ớt cay, băm nhỏ

Hướng

a) Trộn tất cả các thành phần nước muối và đánh để nhũ hóa.

b) Chia đôi bánh đậu phụ và ướp ở nhiệt độ phòng trong 1 giờ hoặc lâu hơn trong tủ lạnh. Xoay thường xuyên.

c) Rửa và cắt nấm. Chà sạch và cắt daikon và cắt thành từng miếng dày 1 inch. Tách lá bok choy, rửa sạch và lau khô.

d) Để qua một bên. Cắt phần thân màu trắng thành những miếng dày 1 inch. Ướp nấm, củ cải trắng và phần cải ngọt trong 15 phút. Chia đậu phụ thành khối vuông 1 inch.

e) Chải lá bok choy với nước xốt. Để xiên lá, chồng các cạnh của mỗi chiếc lá vào giữa và cuộn lá lại, bắt đầu từ trên cùng. xiên gói lá vào xiên gỗ xen kẽ với nấm, đậu phụ, củ cải trắng và cọng cải ngọt.

f) Trên vỉ nướng kín, nướng các xiên trong 12 đến 15 phút, xoay để nướng chín tất cả các mặt.

16. Xiên gà kiểu Yucatan

Năng suất: 4 phần ăn

Nguyên liệu

- 9 không da và không xương: đùi gà
- 1 c Nước xốt Yucatan
- 1 củ đậu
- 36 xiên 6 inch
- 2 c sốt cà chua đu đủ

Hướng

a) Chà xát nước muối vào đùi gà. Đậy gà và làm lạnh trong 4 đến 6 giờ hoặc qua đêm. Chuẩn bị một ngọn lửa củi hoặc than và để nó cháy thành than hồng.

b) xiên từng miếng gà vào 2 xiên sao cho thịt nằm phẳng trên vỉ nướng. Nướng khoảng 4 phút cho mỗi mặt hoặc nướng cho đến khi vừa ăn

c) Ăn với đu đủ Tomatillo Salsa.

17. Thịt bò dải teriyaki

Thành phần
- Lò nướng London - Được chia thành các dải mỏng như bạn đang làm thịt bò khô
- 1 chai sốt teriyaki

Hướng

a) Ướp các miếng thịt bò của bạn trong nước sốt teriyaki trong ít nhất 1 giờ hoặc tối đa 24 giờ trong túi Ziploc lớn.

b) Khi bạn đã sẵn sàng để ăn, hãy đốt lửa nướng và để các miếng thịt nướng chín cho đến khi chín - khoảng 5 đến 10 phút hoặc lâu hơn.

c) Bạn có thể dùng vỉ nướng hoặc xiên thịt vào xiên tre trước khi ngâm nước muối.

18. kabob lửa

Nguyên liệu

- 4 hộp dứa miếng
- 2 lon súp cà chua cô đặc
- 1/2 chén dầu ô liu
- 2 thìa ớt bột
- 2 lạng. bologna, chồng lên nhau trong quý
- 2 quả ớt xanh, cắt thành hình vuông 1 inch
- 1 gói bánh frankfurter, chia đôi
- 8 xiên gỗ lớn

Hướng

a) Để ráo nước dứa. Dự trữ 1/2 cốc nước trái cây
b) Trong một nồi vừa phải, trộn súp, nước ép dứa, dầu ô liu và bột ớt.
c) Đun nóng, thỉ nh thoảng khuấy
d) Trên xiên, xếp xen kẽ bologna, tiêu xanh và dứa. Nướng 4 inch trên than.
e) Chải với nước sốt. Nấu 8 phút hoặc cho đến khi nóng, thường xuyên quét nước sốt. Phục vụ trên bánh với nước sốt còn lại.

19. Xiên gà kiểu Hy Lạp

Nguyên liệu

- 4 ức gà không xương, không da, cắt thành khối
- 2 muỗng canh (30ml) dầu ô liu
- 2 muỗng canh (30 ml) nước cốt chanh
- 2 thìa cà phê (10 ml) oregano khô
- 1 thìa cà phê (5 ml) vỏ chanh bào mịn
- 3/4 thìa cà phê (4 ml) mỗi loại muối và hạt tiêu
- 1/2 thìa cà phê (2 ml) ớt bột
- 6 tép tỏi, băm nhỏ
- Nước sốt Tzatziki

Hướng

a) Đánh bông dầu với nước cốt chanh, lá oregano, vỏ chanh, muối, hạt tiêu, ớt bột và tỏi trong một đĩa lớn. Thêm gà và trộn để áo khoác. xiên gà vào xiên gỗ 8 inch (20 cm).

b) Bật vỉ nướng. Chọn chương trình và nhấn. Bôi trơn nhẹ các đĩa nấu ăn bằng bình xịt nấu ăn. Khi đèn chỉ báo màu tím ngừng nhấp nháy, hãy đặt các xiên lên vỉ nướng và đóng nắp lại.

c) Nấu theo mẻ cho đến khi đèn báo chuyển sang màu đỏ. Phục vụ xiên gà với nước sốt Tzatziki bên cạnh.

20. Thịt nướng bít tết và nấm teriyaki

Nguyên liệu

- 1 cân Anh (500 g) bít tết không xương tùy chọn
- 12 cái nấm mỡ nhỏ, bỏ cuống
- 1/2 quả ớt chuông đỏ, cắt miếng
- 1/2 củ hành tím nhỏ, cắt thành khối
- 1/3 cốc (75 ml) mật ong
- 1/4 cốc (50 ml) nước tương giảm natri
- 2 muỗng canh (30 ml) giấm rượu gạo
- 6 tép tỏi, băm nhỏ
- 2 thìa cà phê (10ml) bột ngô
- Mật ong

Hướng

a) Đánh đều mật ong với nước tương, giấm và tỏi trong một đĩa lớn; Chuyển một nửa sang đĩa an toàn với lò vi sóng và đặt sang một bên. Trộn bít tết, nấm, ớt đỏ và hành tây với hỗn hợp mật ong còn lại cho đến khi phủ đều.

b) Lần lượt xiên bít tết và rau củ vào bốn xiên gỗ 12 inch (30 cm).

c) Bật vỉ nướng. Chọn chương trình và nhấn. Bôi trơn nhẹ các đĩa nấu ăn bằng bình xịt nấu ăn. Khi đèn chỉ báo màu tím ngừng nhấp nháy, hãy đặt thịt nướng lên vỉ nướng và đóng nắp lại.

d) Nấu từ 6 đến 8 phút hoặc cho đến khi rau mềm và thịt bò chín tới mức mong muốn.

e) Trong khi đó, đánh bột ngô vào hỗn hợp mật ong dành riêng. Lò vi sóng, ở nhiệt độ cao, khuấy một lần trong 60 giây hoặc lâu hơn cho đến khi đặc và bóng; chải đều lên kebab ngay trước khi phục vụ.

21. Gan bê xiên pancetta

LÀM 4 PHẦN

Thành phần:

- 1 pound gan bê
- 16 miếng bánh pancetta mỏng
- 16 lá xô thơm nhỏ
- 8 củ hành Cipollini nhỏ, bóc vỏ
- 4 xiên tre hoặc kim loại
- 2 muỗng canh dầu ô liu
- $\frac{3}{4}$ muỗng cà phê muối kosher
- $\frac{3}{4}$ muỗng cà phê tiêu đen xay
- 1 cốc khô Madeira hoặc Marsala
- 2 muỗng canh giấm balsamic
- $\frac{3}{4}$ chén mứt đào
- 3 muỗng canh bơ lạnh không ướp muối, cắt thành từng miếng

Hướng

a) Nếu bạn nướng bằng xiên tre, hãy ngâm chúng trong nước ít nhất 30 phút.

b) Nếu gan vẫn còn lớp màng mỏng bên ngoài, hãy lấy nó ra. Cắt gan thành từng miếng khoảng 1 x 2 inch, loại bỏ và loại bỏ bất kỳ tĩnh mạch nào. Bọc từng miếng gan trong một miếng pancetta, nhét một chiếc lá xô thơm nhỏ khi bạn quấn. xiên xen kẽ các miếng gan và đường xiên lên xiên, xiên xiên qua các đầu để các mặt nằm trên vỉ nướng.

c) Phết dầu lên khắp bề mặt và rắc $\frac{1}{2}$ muỗng cà phê muối và hạt tiêu. Hãy nghỉ ngơi cho đến khi nướng đã sẵn sàng.

d) vừa phải trực tiếp, khoảng $375\frac{1}{4}$F.

e) Khi vỉ nướng nóng lên, đổ Madeira và balsamic vào một cái chảo nhỏ và đun sôi ở nhiệt độ cao. Đun sôi cho đến khi chất lỏng giảm một nửa, từ 5 đến 8 phút.

f) Giảm nhiệt xuống thấp, khuấy trong chất bảo quản và đun nhỏ lửa trong 1 phút. Đánh bông bơ và nêm ¼ muỗng cà phê muối còn lại và thêm một chút tiêu. Giữ ấm.

g) Chải vỉ nướng và bôi dầu. Nướng các xiên trực tiếp trên lửa lớn cho đến khi hành tây mềm và gan chín vàng nhưng bên trong vẫn còn hồng, khoảng 4 đến 5 phút mỗi mặt. Ăn kèm với nước sốt.

22. Mahi-mahi xiên bơ hải sản

LÀM 4 PHẦN

Thành phần:
- 4 xiên tre hoặc kim loại
- ¾ chén dầu ô liu
- 1 muỗng canh dầu mè nướng Vỏ và nước cốt chanh
- 1 muỗng canh mùi tây tươi thái hạt lựu
- ¾ muỗng cà phê muối thô
- ¾ muỗng cà phê tiêu đen xay
- 2 pound bít tết mahi-mahi không da hoặc phi lê dày, cắt thành khối 1 inch
- 1 quả chanh, cắt làm 8 miếng
- 16 quả cà chua bi hoặc nho
- 6 dải thịt xông khói, tốt nhất là hun khói bằng gỗ táo, cắt thành các đoạn dài 3 inch
- ¾ chén bơ hải sản

Hướng

a) Trộn dầu ô liu, dầu mè, vỏ chanh, nước cốt chanh, rau mùi tây, muối và hạt tiêu đen trong túi có khóa kéo 1 gallon. Thêm mahi-mahi, ép không khí ra ngoài và niêm phong túi. Làm lạnh trong tối đa 12 giờ.

b) Nếu bạn nướng bằng xiên tre, hãy ngâm chúng trong nước ít nhất 30 phút.

c) lò nướng để có nhiệt độ vừa phải trực tiếp , khoảng 400¼F. Xiên xen kẽ các miếng chanh, cà chua và khối mahi-mahi trên xiên, sử dụng khoảng 2 miếng mỗi xiên.

d) Đối với mahi-mahi, bọc mỗi khối ở ba mặt bằng một miếng thịt xông khói và xiên qua các đầu của miếng thịt xông khói để cố định. Để riêng một ít bơ hải sản cho Partion và phết phần còn lại lên các xiên.

e) Chải vỉ nướng và bôi dầu. Nướng các xiên trực tiếp trên lửa lớn cho đến khi bề mặt cá có vẻ mờ đục nhưng vẫn còn màng và ẩm ở giữa ($130\frac{1}{4}$F trên nhiệt kế đọc tức thì).

f) Rưới bơ hải sản đã để sẵn lên và dùng kèm với chanh nướng vắt lấy nước.

23. đuôi tôm hùm với trái cây nhiệt đới nướng

LÀM 4 PHẦN

Thành phần:
- 4 xiên tre hoặc kim loại
- ¾ quả dứa vàng, gọt vỏ, bỏ lõi và cắt miếng vuông cỡ 1 inch
- 2 quả chuối, bóc vỏ và cắt ngang thành tám miếng 1 inch
- 1 quả xoài, gọt vỏ, rỗ và cắt thành khối 1 inch
- 4 con tôm hùm đá hoặc đuôi tôm hùm Maine lớn (8 đến 10 ounce mỗi con), rã đông nếu đông lạnh
- ¾ chén men đậu nành ngọt
- tách bơ, tan chảy
- 4 múi chanh

Hướng

a) Nếu bạn nướng bằng xiên tre, hãy ngâm chúng trong nước ít nhất 30 phút. Bật lò nướng để có nhiệt độ vừa phải trực tiếp, khoảng 350¼F.

b) Lần lượt xiên các miếng dứa, chuối và xoài vào xiên, mỗi xiên khoảng 2 miếng mỗi quả.

c) Bướm đuôi tôm hùm bằng cách tách từng đuôi theo chiều dọc qua lớp vỏ tròn phía trên và xuyên qua thịt, để nguyên lớp vỏ phẳng phía dưới. Nếu vỏ rất cứng, hãy dùng kéo nhà bếp để cắt qua lớp vỏ tròn và một con dao để cắt thịt.

d) Nhẹ nhàng mở đuôi để lộ thịt.

e) Phết nhẹ lớp men đậu nành lên xiên trái cây và thịt tôm hùm. Chải vỉ nướng và bôi dầu. Đặt đuôi tôm hùm, úp mặt thịt xuống, trực tiếp trên lửa và nướng cho đến khi có vết nướng đẹp mắt, từ 3 đến 4 phút. Nhấn đuôi vào vỉ nướng bằng thìa hoặc kẹp để giúp làm khô thịt. Lật và nướng cho đến khi thịt săn chắc và trắng, phết một lớp men đậu nành, thêm 5 đến 7 phút nữa.

f) Trong khi đó, nướng các xiên trái cây cùng với tôm hùm cho đến khi có vết nướng đẹp mắt, khoảng 3 đến 4 phút mỗi bên.

g) Phục vụ với bơ tan chảy và chanh vắt.

24. thịt lợn nướng nhiệt đới

Phục vụ: 8

Nguyên liệu
- 8 xiên gỗ hoặc kim loại
- 2 pound thăn lợn, cắt thành khối 1 inch
- 2 quả ớt chuông đỏ lớn, bỏ lõi, làm sạch và cắt thành 8 miếng mỗi quả
- 1 quả ớt chuông xanh lớn, bỏ lõi, làm sạch và cắt thành 8 miếng
- 1/2 quả dứa tươi, cắt thành 4 múi sau đó thành các miếng nêm 1/4 inch
- 1/2 chén mật ong
- 1/2 chén nước cốt chanh
- 2 muỗng cà phê vỏ chanh nạo
- 3 tép tỏi, băm nhỏ
- 1/4 chén mù tạt vàng
- 1 muỗng cà phê muối
- 1/4 muỗng cà phê tiêu đen

Hướng

a) Nếu sử dụng xiên gỗ, hãy ngâm chúng trong nước từ 15 đến 20 phút. Lần lượt xiên từng xiên thịt heo miếng, 2 miếng ớt đỏ, 1 miếng ớt xanh và 2 miếng dứa.

b) Trong đĩa nướng 9" x 13", trộn mật ong, nước cốt chanh, vỏ chanh bào, tỏi, mù tạt vàng, muối và hạt tiêu đen; trộn đều. Đặt thịt nướng vào đĩa nướng và xoay để phủ nước xốt. Đậy nắp và làm lạnh ít nhất 4 giờ hoặc qua đêm, thỉnh thoảng xoay.

c) Làm nóng vỉ nướng ở nhiệt độ vừa phải - cao. Nướng thịt nướng với nước xốt; loại bỏ nước xốt dư thừa. Nướng thịt nướng từ 7 đến 9 phút hoặc cho đến khi thịt lợn không còn màu hồng, xoay thường xuyên để chín đều các mặt.

25. Gà xiên châu Á

Máy chủ 4

Nguyên liệu
- 6 đến 8 xiên gỗ hoặc kim loại
- 1/4 chén nước tương
- 3 muỗng canh rượu trắng khô
- 3 thìa nước cốt chanh
- 2 muỗng canh dầu thực vật
- 1/2 muỗng cà phê gừng xay
- 1/2 muỗng cà phê bột tỏi
- 1/4 muỗng cà phê bột hành
- chút tiêu
- 6 nửa ức gà không xương, không da (khoảng 1-1/2 pounds), cắt thành 1-1/2 khối

Hướng

a) Làm nóng vỉ nướng ở nhiệt độ vừa phải - cao. Nếu sử dụng xiên gỗ, hãy ngâm chúng trong nước từ 15 đến 20 phút.

b) Trong một đĩa vừa phải, trộn tất cả nguyên liệu chính trừ thịt gà (và thịt xiên) và trộn đều. Thêm các miếng thịt gà, đậy nắp và ướp trong 20 đến 30 phút trong tủ lạnh.

c) Chia thịt gà thành 6 đến 8 phần bằng nhau và đặt các miếng vào xiên. Nướng từ 5 đến 7 phút hoặc lâu hơn cho đến khi gà chín và không còn màu hồng, quay gà giữa chừng khi nướng.

26. chồng gà nướng

Máy chủ 4

Nguyên liệu
- 8 ounce (1/2 túi 16 ounce) xà lách trộn cắt nhỏ
- 1 (8-ounce) lon miếng dứa, để ráo nước
- 1/2 chén xà lách trộn
- 1 chén nước sốt thịt nướng
- 1/2 muỗng cà phê sốt tiêu nóng
- 1/2 thìa cà phê muối
- 4 ức gà không xương, không da
- 4 bánh hamburger

Hướng

a) Trong một đĩa lớn, trộn xà lách trộn, dứa và nước sốt; Trộn đều và để một bên.

b) Trong một món ăn vừa phải, trộn nước sốt thịt nướng và nước sốt nóng. Rắc đều muối lên cả hai mặt của gà sau đó phết với hỗn hợp nước sốt.

c) Nướng ức gà từ 10 đến 13 phút hoặc cho đến khi không còn màu hồng và nước chảy ra trong, quay thường xuyên và trong 5 phút đầu tiên, phết nước sốt thịt nướng mỗi lần lên ức gà.

d) Đặt gà lên bánh, trên cùng với xà lách trộn và phục vụ.

27. kabobs xúc xích ngọt

phục vụ 12

Nguyên liệu
- xiên có hương vị
- 4 thìa mật ong
- 1 muỗng canh mù tạt mật ong 1 muỗng cà phê nước tương
- 1 muỗng canh chà bông BBQ đa năng của Tree Little Pig
- 24 Xúc xích Ý ngọt
- 8 củ hẹ lớn, bóc vỏ và bổ đôi theo chiều dọc
- 1 quả ớt chuông đỏ, cắt thành từng miếng 1 inch 1 quả bí xanh, cắt thành những viên tròn 1/2 inch
- 1 củ cà rốt lớn, gọt vỏ và chia thành các viên tròn dày 1/4 inch

Hướng
a) Làm nóng vỉ nướng ở nhiệt độ vừa phải - cao. Ngâm 8 xiên gỗ vào nước để khi nướng không bị cháy.
b) Trộn mật ong, mù tạt, nước tương và Chà xát BBQ Đa năng với nhau trong một đĩa lớn. Cho xúc xích, hẹ tây, ớt đỏ, bí xanh và cà rốt vào một đĩa lớn và trộn kỹ để phủ đều. xiên xúc xích, hẹ tây, ớt đỏ, bí xanh và cà rốt vào xiên.
c) Nướng xiên trên vỉ nướng sẵn sàng cho đến khi xúc xích có màu nâu đều và rau củ mềm

28. Xúc xích nướng và bánh ngô mù tạt

Nguyên liệu
- 1 cân Anh Xúc xích Ý nóng hoặc ngọt hoặc chorizo Tây Ban Nha
- 1 c Rượu vang đỏ đậm đà
- 9 bánh ngô 8 inch hoặc 6 inch
- mù tạt mật ong

Hướng

a) Đặt xúc xích thành một lớp trong vỉ nướng 9 inch. Đổ rượu lên xúc xích. Đun sôi. Giảm nhiệt, đậy nắp một phần và đun nhỏ lửa cho đến khi xúc xích chín, xoay thường xuyên, khoảng 12 phút. Lấy xúc xích ra khỏi chảo và để nguội một chút. Loại bỏ chất lỏng.

b) Thịt nướng đã sẵn sàng (nhiệt độ vừa phải - cao). Cắt xúc xích thành các đoạn 1/2 inch. Xiên các đoạn trên xiên kim loại dài, sử dụng 3 đến 4 xiên. Cắt bánh ngô thành các phần tư và bọc trong giấy bạc. Đặt bánh tortillas ở bên cạnh vỉ nướng để làm nóng. Nướng xúc xích cho đến khi nóng đều và chín đều các mặt, khoảng 5 phút. Lấy xúc xích ra khỏi xiên và đặt vào đĩa Phần . Phục vụ xúc xích với bánh ngô và mù tạt.

29. Tiêu bít tết trên que

Nguyên liệu
- Bít tết váy 1½ đến 2 pound, cắt tỉa
- 1 muỗng canh mù tạt khô
- ½ chén giấm rượu vang đỏ
- 1 muỗng cà phê muối
- ½ cốc nước ép nho trắng hoặc táo
- 1 chén dầu ô liu
- ¼ chén hành tây, thái hạt lựu
- 6 củ hành củ nhỏ vừa phải
- 1 muỗng canh cây xô thơm khô
- 2 quả ớt chuông, cắt làm tư
- 1 muỗng canh hạt tiêu đen mới xay
- 6 xiên gỗ hoặc kim loại dài
- 1 muỗng canh rau mùi

Hướng

a) Làm nóng vỉ nướng ở nhiệt độ vừa phải. Đặt bít tết vào đĩa thủy tinh. Trong một món ăn khác, trộn giấm rượu, nước trái cây, hành tây thái hạt lựu, cây xô thơm, hạt tiêu, rau mùi, mù tạt khô, muối và dầu ô liu.

b) Đổ bít tết và chuyển sang phủ nước xốt. Giữ lại ½ cốc nước muối để phết lên bít tết trong khi nấu. Đậy nắp, cho vào tủ lạnh (hoặc ngăn đá) và ướp ít nhất 1 giờ.

c) Lấy bít tết ra khỏi nước xốt, cắt thành 6 phần. Vứt bỏ nước muối trừ ½ cốc bạn đã giữ lại. Nếu bạn đang sử dụng xiên gỗ, hãy ngâm trong nước khoảng 15 phút trước khi sử dụng. xiên thịt vào xiên dài, xiên thịt xung quanh củ hành tây và ớt cắt miếng.

d) Nướng từ 12 đến 15 phút, xoay để nấu tất cả các mặt. Chải thịt với nước muối dành riêng khi nấu. Làm cho 6 phần ăn.

30. Ramjam gà

Nguyên liệu
- 1/4 chén nước tương 1 muỗng cà phê gừng tươi nạo
- 3 muỗng canh rượu trắng khô 1 nhánh tỏi, đập dập
- 2 muỗng canh nước cốt chanh 1/4 muỗng cà phê bột hành
- 2 muỗng canh dầu thực vật 1 nhúm tiêu đen xay
- 3/4 muỗng cà phê gia vị khô kiểu Ý 8 nửa ức gà không da, không xương - cắt thành dải

Hướng

a) Trộn nước tương, rượu, nước cốt chanh, dầu, gia vị kiểu Ý, gừng, tỏi, bột hành và tiêu đen xay trong một túi nhựa lớn, có thể khóa kín. Đặt gà vào túi.

b) Đậy kín và để ướp trong ngăn mát tủ lạnh ít nhất 3 tiếng hoặc qua đêm... càng lâu càng ngon! Ướp càng lâu thì hương vị càng đậm đà.

c) Làm nóng vỉ nướng ngoài trời ở nhiệt độ cao vừa phải và nướng dầu nhẹ. xiên thịt gà vào xiên, và đặt sang một bên. Đổ nước muối vào một cái chảo nhỏ, đun sôi ở nhiệt độ cao.

d) Nấu gà trên vỉ nướng sẵn sàng trong khoảng 5 phút mỗi mặt, phết nước sốt nhiều lần. Gà chín khi không còn màu hồng và nước trong.

31. Shish kebab

Nguyên liệu
- 1 cân Anh Thịt, thái khối
- 2 củ hành tây, cắt làm tư
- 1 lon Dứa miếng 1 Ớt xanh, cắt khúc
- 1/2 lb Nấm, nguyên muối
- 10 quả cà chua bi

Hướng

a) Các miếng rau và thịt xen kẽ trên xiên

b) Nếu bạn không có xiên, chúng có thể được làm từ cành gỗ xanh dày khoảng 1/4 - 1/3 inch, dây từ móc quần áo (đã tẩy sạch sơn) hoặc một đoạn dây dài (tạo thành các vòng ở hai đầu khi thức ăn được đặt sẵn để dễ xử lý).

c) Phết sốt BBQ, sốt salad Ý hoặc bơ có hương vị nếu muốn. Nấu trên than nóng cho đến khi hoàn thành, khoảng 15 đến 20 phút tùy thuộc vào loại thịt được sử dụng.

32. fajitas bít tết

Nguyên liệu

- 4 muỗng canh. dầu ôliu siêu nguyên chất 1 lb. váy hoặc bít tết sườn
- 1 muỗng cà phê. thì là 2 quả ớt, cắt làm 2 trong. miếng
- 1 muỗng cà phê. ớt bột 1 củ hành tím, cắt miếng
- 4 tép tỏi, nghiền nát Bột bánh tortillas
- Nước cốt của một quả chanh

Hướng

a) Tại nhà: Trộn dầu ô liu, thì là, bột ớt, tỏi, nước cốt chanh, muối và hạt tiêu. Sử dụng cái này để ướp bít tết và rau riêng biệt trong túi nhựa có thể bị t kín. Làm lạnh. (Bạn có thể muốn đông lạnh bít tết và đóng gói đông lạnh).

b) Làm tan bít tết, nếu cần. nướng nhiệt

c) xiên thị t, ớt và hành tây vào xiên, xen kẽ khi bạn đi. Nướng xiên, xoay chúng thường xuyên, trong 5 đến 8 phút.

33. Thịt nướng Teriyaki

Nguyên liệu

- 2 lạng. bít tết thăn, cắt thành khối 1 inch
- 16 cái nấm nhỏ
- 16 quả cà chua bi
- 1 quả ớt đỏ
- 1 quả ớt xanh
- 1 củ hành đỏ lớn, cắt thành miếng 1 inch
- Nước sốt Teriyaki Marinade
- 8 xiên gỗ hoặc tre

Hướng

a) Đặt các miếng bít tết vào một nửa nước xốt, đậy nắp và để trong tủ lạnh 30-60 phút. Ngâm xiên gỗ hoặc tre trong nước. Làm nóng vỉ nướng để đá nung nóng hoặc than đã sẵn sàng.

b) xiên thịt và rau đã ướp xen kẽ lên hai xiên song song (để giữ các miếng thịt ở đúng vị trí khi quay thịt nướng). Để lại một khoảng trống nhỏ giữa các vật dụng để cho phép nấu ăn hoàn chỉnh

c) Nhúng hoặc chải thịt nướng đã lắp ráp với nước xốt còn lại, sau đó đặt lên vỉ nướng. Đặt một dải giấy nhôm dưới các đầu xiên để tránh bị cháy.

d) Đốt lửa trên vỉ nướng mở 4-5 phút mỗi bên, sau đó phục vụ với đồ trang trí.

34. tôm húng quế

Nguyên liệu

- 2 1/2 muỗng canh dầu ô liu 3 tép tỏi, băm nhỏ
- 1/4 chén bơ, muối tan chảy để nếm
- 1 1/2 quả chanh vắt lấy nước 1 nhúm tiêu trắng
- mù tạt hạt thô 3 pound tôm tươi, bóc vỏ và rút chỉ
- 4 ounces húng quế tươi băm nhỏ

Hướng

a) Trong một đĩa hoặc đĩa nông, không xốp, trộn dầu ô liu và bơ tan chảy với nhau. Sau đó cho nước cốt chanh, mù tạt, húng quế và tỏi vào khuấy đều, nêm muối và tiêu trắng. Thêm tôm và trộn để áo khoác.

b) Đậy nắp và đặt trong tủ lạnh hoặc ngăn mát trong 1 giờ. Làm nóng vỉ nướng ở nhiệt độ cao.

c) Vớt tôm ra khỏi nước xốt, xiên vào xiên. Phết dầu nhẹ, xếp xiên lên vỉ nướng. Nấu trong 4 phút, quay một lần, cho đến khi hoàn thành.

35. Mì căn nướng và kabobs rau củ

Làm cho 4 phần ăn

Nguyên liệu
- $1/3$ chén giấm balsamic
- 2 muỗng canh dầu ô liu
- 1 muỗng canh oregano tươi băm nhỏ
- 2 tép tỏi, băm nhỏ
- $1/2$ muỗng cà phê muối
- $1/4$ muỗng cà phê tiêu đen mới xay
- mì căn 1 pound
- 7 lạng nấm trắng nhỏ, rửa nhẹ
- 2 quả bí nhỏ, cắt thành khối 1 inch
- 1 quả ớt chuông vàng vừa phải, cắt thành hình vuông 1 inch
- cà chua bi chín

Hướng
a) Trong một đĩa vừa phải, trộn giấm, dầu, lá oregano, cỏ xạ hương, tỏi, muối và hạt tiêu đen. Thêm mì căn, nấm, bí xanh, ớt chuông và cà chua, xoay tròn để phủ lên trên.
b) Ướp ở nhiệt độ phòng trong 30 phút, thỉnh thoảng xoay. Để ráo mì và rau, chia lại nước xốt.
c) Làm nóng vỉ nướng.
d) Xiên mì căn, nấm và cà chua vào xiên.
e) Đặt các xiên lên vỉ nướng đang nóng và nấu, quay kabob một lần giữa chừng khi nướng, tổng thời gian khoảng 10 phút. giật gân với một lượng nhỏ nước muối dành riêng và phục vụ ngay lập tức.

36. Rau củ xiên nướng sốt bông lau

Làm cho 4 phần ăn

Nguyên liệu
- $1/2$ tách cà phê đen mạnh
- $1/4$ chén nước tương
- $1/2$ chén sốt cà chua
- 2 muỗng canh dầu ô liu
- 1 muỗng cà phê nước sốt nóng
- 1 muỗng cà phê đường
- $1/4$ muỗng cà phê muối
- $1/4$ muỗng cà phê tiêu đen mới xay
- 1 quả ớt chuông lớn màu đỏ hoặc vàng, cắt thành 1 miếng / inch
- 2 quả bí nhỏ, cắt thành khối 1 inch
- 8 ounces nấm trắng nhỏ tươi, rửa nhẹ và lau khô
- 6 củ hẹ vừa phải, giảm một nửa theo chiều dọc
- 12 quả cà chua bi chín

Hướng

a) Trong một cái chảo nhỏ, trộn cà phê, nước tương, nước sốt cà chua, dầu, nước sốt nóng, đường, muối và hạt tiêu đen. Đun nhỏ lửa trong 20 phút, sau đó giữ ấm ở nhiệt độ rất thấp.

b) Xiên ớt chuông, bí xanh, nấm, hẹ tây và cà chua bi vào xiên và xếp chúng vào đĩa nướng nông. Đổ khoảng một nửa nước sốt lau lên rau xiên và ướp ở nhiệt độ phòng trong 20 phút. Làm nóng vỉ nướng.

c) Lấy xiên rau ra khỏi chảo, chia lại phần nước xốt. Đặt xiên lên vỉ nướng trực tiếp trên nguồn nhiệt.

d) Nướng cho đến khi rau chín vàng và mềm, quay một nửa chừng, tổng cộng khoảng 10 phút. Chuyển sang đĩa và múc phần nước sốt còn lại lên trên mọi thứ. Phục vụ ngay lập tức.

e) Đặt các loại rau đã xiên vào chảo nướng và đặt bên dưới vỉ nướng, cách nhiệt khoảng 4 inch.

f) Nướng cho đến khi mềm và có màu nâu đẹp mắt, tổng cộng khoảng 8 phút, quay một lần giữa chừng.

37. Rau củ xiên nướng

Làm cho 4 phần ăn

Nguyên liệu
- 1 chén rau mùi tây tươi thái hạt lựu
- 1 chén rau mùi tươi thái hạt lựu
- 3 tép tỏi, nghiền nát
- $1/2$ muỗng cà phê rau mùi
- $1/2$ muỗng cà phê thì là xay
- $1/2$ muỗng cà phê ớt bột ngọt
- $1/2$ muỗng cà phê muối
- $1/4$ muỗng cà phê cayenne xay
- 3 muỗng canh nước cốt chanh tươi
- $1/3$ chén dầu ô liu
- 1 quả ớt chuông đỏ vừa phải, cắt theo chiều dọc thành các ô vuông $1/$ inch
- 1 quả cà tím nhỏ, cắt thành khối 1 inch
- 1 zucchini vừa phải, cắt thành khối 1 inch
- 12 nấm trắng, rửa nhẹ và vỗ khô
- 12 quả cà chua bi chín

Hướng

a) Trong máy trộn hoặc máy chế biến thực phẩm, trộn rau mùi tây, rau mùi và tỏi rồi chế biến cho đến khi băm nhuyễn. Thêm rau mùi, thì là, ớt bột, muối, cayenne, nước cốt chanh và dầu. Xử lý cho đến khi mị n. Chuyển sang một món ăn nhỏ.

b) Làm nóng vỉ nướng. xiên ớt chuông, cà tím, bí xanh, nấm và cà chua vào xiên và xếp chúng vào một đĩa nướng nông. Đổ khoảng một nửa nước sốt charmoula lên rau xiên và ướp ở nhiệt độ phòng trong 20 phút.

c) Đặt các xiên rau củ lên vỉ nướng nóng trực tiếp trên nguồn nhiệt. Nướng cho đến khi rau củ chín vàng và mềm, xoay một lần giữa chừng khi nướng, tổng cộng khoảng 10 phút.

d) Chuyển sang đĩa và múc phần nước sốt còn lại lên trên mọi thứ. Phục vụ ngay lập tức.

38. Chimichurri rau củ nướng

Làm cho 4 phần ăn

Nguyên liệu
- 2 củ hẹ vừa phải, làm tư
- 3 tép tỏi, nghiền nát
- $1/3$ chén lá mùi tây tươi
- $1/4$ chén lá húng quế tươi
- 2 muỗng cà phê húng tây tươi
- $1/2$ muỗng cà phê muối
- $1/4$ muỗng cà phê tiêu đen mới xay
- 2 thìa nước cốt chanh tươi
- $1/2$ chén dầu ô liu
- 1 củ hành đỏ vừa phải, cắt đôi theo chiều dọc, sau đó cắt làm tư
- 1 củ khoai lang vừa phải, gọt vỏ và cắt thành $1/2$ inch
- bí xanh nhỏ, cắt theo đường chéo thành các đoạn dày $1/$ inch
- chuối chín, bổ đôi theo chiều dọc, sau đó cắt đôi theo chiều ngang

Hướng

a) Làm nóng vỉ nướng. Trong máy trộn hoặc máy chế biến thực phẩm, trộn hẹ và tỏi rồi chế biến cho đến khi băm nhỏ. Thêm rau mùi tây, húng quế, húng tây, muối và hạt tiêu và đập cho đến khi băm nhuyễn. Thêm nước cốt chanh và dầu ô liu và chế biến cho đến khi trộn đều. Chuyển sang một món ăn nhỏ.

b) Quét rau với nước sốt chimichurri và đặt chúng lên vỉ nướng.

c) Lật các loại rau củ theo thứ tự mà bạn đặt trên vỉ nướng.

d) Quét thêm nước sốt Chimichurri lên rau và tiếp tục nướng cho đến khi rau mềm, khoảng 10 đến 15 phút đối với mọi thứ trừ chuối, sẽ được thực hiện trong khoảng 7 phút.

e) Phục vụ nóng, rưới nước sốt còn lại.

39. Cam và dâu xiên nướng

Làm cho 4 phần ăn

Nguyên liệu
- 2 quả cam rốn lớn, gọt vỏ và cắt thành khối 1 inch
- dâu tây chín lớn, vỏ
- $1/2$ cốc Grand Marnier hoặc rượu mùi cam khác

Hướng

a) Xiên các miếng cam và dâu tây vào 8 xiên, đặt 2 hoặc 3 miếng cam trên mỗi xiên, tiếp theo là 1 quả dâu tây và kết thúc bằng 2 hoặc 3 miếng cam.

b) Đặt trái cây xiên vào một cái đĩa nông và đổ Grand Marnier lên trái cây, xoay để phủ. Đặt sang một bên trong 1 giờ. Làm nóng vỉ nướng.

c) Nướng các xiên trái cây, phết nước xốt, khoảng 3 phút mỗi mặt. Phục vụ các xiên nóng, rắc nước xốt còn lại.

40. Gà nướng hạnh nhân

Năng suất: 4 phần ăn

Thành phần

- 1 quả trứng
- ¼ chén bột bắp
- 2 muỗng canh nước tương
- 1 tép tỏi lớn; băm nhỏ
- 2 ức gà không da, không xương; cắt dải 1"x 3"
- 2½ cốc hạnh nhân hoặc quả óc chó thái hạt lựu; nướng nhẹ
- 2 muỗng canh Rau mùi khô hoặc tươi băm nhỏ
- 4 quả mận tươi California; giảm một nửa và đọ sức
- ngải giấm tươi; không bắt buộc
- Vỏ đậu Trung Quốc chần; không bắt buộc
- rau xà lách thái nhỏ; không bắt buộc
- 1 Sốt mận mặn

Hướng

a) Trộn 4 thành phần đầu tiên trong một túi nhựa. Thêm miếng thịt gà và ướp 15 phút; làm khô hạn. Đặt hạnh nhân và rau mùi tây trong một túi nhựa. Cho từng miếng thịt gà vào hỗn hợp hạnh nhân.

b) Lắc để phủ kỹ. Đặt gà, nửa quả mận và ngải giấm vào giỏ nướng hoặc Xiên vào xiên.

c) Nướng trên lửa gián tiếp vừa phải trong 8 phút hoặc cho đến khi chín vàng và chín đều. Xem từ từ để tránh bị bỏng. Nếu muốn, phục vụ trên đĩa rau diếp và hạt đậu. Rưới sốt mận lên gà.

41. Heo Nướng Sả

Năng suất: 4 phần ăn

Thành phần

- 1 pound Thịt lợn cắt miếng vừa ăn
- 10 thìa đường thốt nốt
- 10 muỗng canh nước mắm
- 10 muỗng canh Nước tương đen
- 10 muỗng canh cỏ chanh
- 5 muỗng canh rượu whisky
- 5 muỗng canh hẹ
- 5 muỗng canh tỏi
- 5 muỗng canh nước cốt dừa
- 3 muỗng canh dầu mè
- 1 muỗng canh tiêu đen

Hướng

a) Trộn các thành phần nước muối, trừ nước cốt dừa và cho vào nồi hoặc chảo, đun nhỏ lửa cho đến khi giảm còn khoảng một nửa thể tích ban đầu.

b) Để nguội rồi cho nước cốt dừa vào, khuấy đều cho hỗn hợp sánh lại.

c) Ngâm nước muối 1-3 tiếng ở nơi thoáng mát, sau đó để ráo nước và xiên thịt vào xiên.

d) Nướng thịt cho đến khi chín. Đun nước muối lên cho đến khi sôi lăn tăn, khuấy đều trong 1-2 phút (để nấu chín máu chảy ra từ thịt khi ướp và do đó khử trùng thịt), và dùng làm nước chấm cho thịt.

42.   lòng bò nướng

Năng suất: 16 phần

Thành phần

- 1 tim bò
- 8 tép tỏi; ép
- 2 người Chile
- 2 thìa thì là, xay
- ½ muỗng canh Oregano, sấy khô
- Muối; nếm thử
- hạt tiêu, màu đen; nếm thử
- 2 chén Giấm, rượu đỏ
- 1 muỗng canh dầu, thực vật
- Muối; nếm thử

Hướng

a) Tim bò rửa thật sạch, loại bỏ hết gân và mỡ. Cắt thành khối 1 inch, đặt vào đĩa không phản ứng, làm lạnh và đặt sang một bên.

b) Trộn tỏi, ớt, thìa là, lá oregano, muối và hạt tiêu và 1½ chén giấm. Đổ thị t. Thêm giấm, nếu cần, để bao phủ hoàn toàn thị t. Ướp, làm lạnh, 12-24 giờ. Khoảng 1 tiếng trước khi nướng, vớt thị t ra khỏi nước muối và xiên vào xiên. nước muối dự trữ

c) Ngâm ớt đã nghiền trong ⅓ cốc nước ấm trong 30 phút. Trong một bộ xử lý, trộn ớt và nước với dầu và muối. Thêm lượng nước muối dự trữ vừa đủ ($\frac{3}{4}$ cốc) để tạo thành nước sốt đặc.

d) Phết nước sốt lên thịt xiên rồi nướng trên than nóng hoặc dưới vỉ nướng, xoay và phết để nướng chín nhanh các mặt. Tốt nhất nấu vừa phải, 4-6 phút trên vỉ nướng. Ăn với nước sốt còn lại để chấm.

43. "Nướng thập cẩm" nướng

Năng suất: 1 phần ăn

Thành phần

- Chọn thịt gà, xúc xích, thịt bò, thịt lợn và/hoặc thịt cừu tùy thích và như sau:
- 1 pound Ức gà không xương, không da, cắt thành miếng 1 inch
- 1 pound Xúc xích Ý ngọt, cắt thành miếng 1 inch
- 1 cốc nước ép bưởi
- 3 thìa mật ong
- 2 muỗng canh bơ tan chảy
- ½ muỗng cà phê muối
- 2 muỗng canh hương thảo tươi thái hạt lựu
- 2 muỗng canh húng tây tươi thái hạt lựu
- 1 muỗng canh tỏi băm nhỏ
- 1 củ hành tây nhỏ, thái hạt lựu
- 2 thìa nước cốt chanh
- ½ chén dầu
- 1 muỗng cà phê cỏ xạ hương khô
- 1 muỗng cà phê kinh giới khô
- 1 muỗng cà phê muối

- ½ thìa cà phê tiêu

Hướng

a) Trộn tất cả các thành phần trong một đĩa nông lớn không phản ứng; ngâm nước muối ở nhiệt độ phòng trong 2 giờ hoặc đậy nắp trong tủ lạnh trong vài giờ. Vớt ra , chia lại nước muối và Xiên thị t gà vào (các) xiên của chính nó và xiên xúc xích vào xiên của chính nó

b) Nướng trên than nóng vừa phải , xoay thường xuyên, chải bằng nước muối tương ứng. Gà sẽ mất khoảng 15 phút; xúc xích khoảng 20-25 phút; thị t lợn, thị t bò hoặc thị t cừu khoảng 20 phút. Lấy ra khỏi bếp và đổ (các) nước muối còn lại/tương ứng vào; đậy bằng giấy bạc trong khoảng năm phút; phục vụ.

CÁNH NƯỚNG

44. cánh nướng ớt

Năng suất: 4 phần ăn

Nguyên liệu

- 1 cốc nước ép dứa
- 2 muỗng canh giấm balsamic
- 2 muỗng canh đường nâu đậm
- 4 tép tỏi; Thái nhỏ
- 1 nắp ca-pô Scotch hoặc ớt habanero; Thái nhỏ
- ½ thìa cà phê tiêu xay
- 24 Cánh gà
- Muối và hạt tiêu mới xay
- Củ cà rốt và cần tây

Hướng

a) Sử dụng bếp phụ hoặc làm nóng vỉ nướng. Trộn tất cả các thành phần trong một cái chảo nhỏ và đun sôi trong 2 phút. Tắt bếp, đổ ra đĩa lớn và để nguội. Cho cánh gà vào nước muối và ướp trong tủ lạnh ít nhất 2 giờ.

b) Nướng trên lửa vừa phải trong 10 đến 15 phút hoặc lâu hơn cho đến khi chín

c) Ăn kèm với cần tây và cà rốt que.

45. Cánh gà nướng nóng hổi

Năng suất: 24 cánh nóng

Nguyên liệu

- 12 cánh gà
- ½ chén bột mì
- ½ muỗng cà phê ớt bột
- ⅓ chén dầu ăn
- ½ chén sốt thịt nướng
- ½ muỗng cà phê sốt tiêu cay

Hướng

a) Lấy đầu cánh ra và cắt cánh làm đôi. Rắc hỗn hợp bột mì và bột ớt vào chiên trong dầu nóng, 8-10 phút mỗi mặt, cho đến khi vàng nâu. Xả trên khăn giấy.

b) Đun nóng nước sốt thịt nướng và nước sốt tiêu nóng.

c) Thêm cánh gà nấu chín và đun nhỏ lửa trong vài phút.

46. Cánh gà tiêu trắng

Năng suất: 6 phần

Nguyên liệu

- 20 cánh gà; cắt tại khớp (tiết kiệm các đầu cánh để dự trữ hoặc loại bỏ chúng)
- $\frac{1}{4}$ chén tiêu trắng mới đập
- 2 muỗng canh muối
- $\frac{1}{2}$ chén nước tương
- $\frac{1}{4}$ chén nước cốt chanh (khoảng 2 trái chanh)
- 2 muỗng canh gừng băm
- 2 muỗng cà phê tỏi băm
- 2 muỗng canh ớt đỏ hoặc xanh tươi băm nhỏ tùy bạn chọn
- 1 muỗng canh Đường
- 2 muỗng canh húng quế tươi thái hạt lựu
- 2 muỗng canh rau mùi tươi thái hạt lựu

Hướng

a) rắc cánh với hạt tiêu và muối. Nướng trên lửa vừa phải cho đến khi chúng chín vàng đều, từ 5 đến 7 phút, quay vài lần.

b) Lấy cánh lớn nhất ra khỏi lửa và kiểm tra độ chín bằng cách ăn nó.

c) Lấy cánh ra khỏi vỉ nướng và đặt vào một đĩa lớn.

d) Thêm tất cả các thành phần còn lại, trộn đều và phục vụ.

47. Cánh gà ướp đậu nành

Năng suất: 10 phần

Nguyên liệu

- 2 cân cánh gà; cắt thành 2 phần,
- trống s
- 3 tép tỏi; băm nhỏ
- ⅓ chén nước tương
- 3 muỗng canh sherry khô hoặc rượu gạo
- 2 thìa mật ong hoặc đường
- 1 củ Gừng tươi; 1 inch, xắt nhỏ
- 3 củ hành lá; phân đoạn mỏng
- 2 muỗng canh châu Á; (nướng) dầu mè
- 1 Sốt Đậu Phộng Cay Châu Á

Hướng

a) Trộn cánh gà với 7 nguyên liệu tiếp theo. Cho vào đĩa hoặc túi nhựa lớn và để trong tủ lạnh ít nhất một giờ hoặc tối đa 3 ngày. Đảo thường xuyên trong quá trình ướp. Nướng trên lửa hoặc nướng cho đến khi sắc nét.

b) Ăn kèm với nước chấm đậu phộng.

48. Cánh gà nướng kiểu Thái

Năng suất: 1 phần ăn

Nguyên liệu

- 2 cân cánh gà; rời rạc
- 1 lon Nước cốt dừa; (2 tách)
- 1 củ hành vừa ; băm nhỏ
- 2 thìa tỏi; nghiền nát
- 2 thìa cà phê Nghệ
- 2 thìa cà phê ớt khô Thái Lan; nghiền nát
- 2 thìa cà phê riềng
- 1 muỗng canh muối thô
- 1 chén Thái; tươi xắt nhỏ
- 1 chén Hành tây; xắt nhỏ màu đỏ
- 1 cốc nước cốt chanh; mới vắt
- 1 muỗng canh Nước mắm
- 1 muỗng cà phê muối
- 2 thìa Cọ; hoặc màu nâu nhạt, đường hòa tan trong
- $\frac{1}{2}$ chén nước
- 2 thìa Ngò; băm nhỏ

Hướng

a) Lấy tất cả các nguyên liệu, trừ cánh, và nghiền thành bột nhão có độ đồng nhất của sữa chua loãng. Một bộ xử lý thực phẩm có thể được sử dụng cho việc này. Cho cánh gà vào đĩa gốm hoặc thủy tinh và trộn với cánh gà, trộn để phủ đều. Làm lạnh qua đêm.

b) Lắc lớp phủ thừa và đặt lên than nóng và nấu, cố gắng không để cháy. Ăn với nước sốt chanh.

49. Cánh BBQ Ấn Độ

Năng suất: 4 phần ăn

Nguyên liệu

- 16 Cánh gà
- 1 cốc sữa chua nguyên chất
- 2 muỗng canh nước cốt chanh
- 1 muỗng cà phê tỏi, nghiền nát
- $\frac{1}{2}$ muỗng cà phê ớt bột
- $\frac{1}{2}$ thìa thảo quả, xay
- $\frac{1}{4}$ muỗng cà phê thì là, xay
- $\frac{1}{4}$ muỗng cà phê Tiêu đen
- $\frac{1}{4}$ muỗng cà phê Đinh hương, xay
- $\frac{1}{4}$ muỗng cà phê quế
- Nhúm hạt nhục đậu khấu
- muối để hương vị

Hướng

a) nước xốt sẵn sàng.

b) Dùng nĩa hoặc dao sắc chọc khắp 16 cánh gà rồi trộn vào nước ướp, Để ít nhất 2 giờ, tốt nhất là qua đêm.

c) Nướng nhẹ nhàng, phết nhiều nước xốt thừa, cho đến khi lớp vỏ chín vàng một phần và cánh chín

50. cánh nướng cay

Năng suất: 4 phần ăn

Nguyên liệu

- ½ pound cánh gà
- ½ cốc sốt cà chua
- ½ chén nước
- 2 muỗng cà phê mù tạt Dijon
- 1 muỗng cà phê muối
- 2 muỗng cà phê sốt nóng Louisiana
- ½ muỗng cà phê ớt bột
- 2 tép tỏi - băm nhỏ
- ¼ chén nước cốt chanh
- 1 muỗng canh đường nâu
- 2 muỗng canh dầu
- 2 muỗng canh nước sốt Worrouershire
- ¼ muỗng cà phê thì là
- 1 muỗng cà phê tiêu đen
- Dầu để chiên ngập dầu

Hướng

a) Trong một cái chảo lớn, nặng, trộn các thành phần sốt BBQ với nhau.

b) Đun sôi, sau đó giảm nhiệt và đun nhỏ lửa trong 15 phút. Trong chảo rán hoặc chảo, đun nóng dầu đến 375ø F (190ø C). Rán từng cánh một, cho đến khi chúng chín hoàn toàn, khoảng 10-15 phút.

c) Xả cánh chiên trên một chiếc khăn thấm nước. khi tất cả các cánh đã chín, cho chúng vào sốt BBQ đang sôi. Khuấy đều và phục vụ.

51. Orange nướng cánh

Năng suất: 24 món khai vị

Nguyên liệu

- 12 cánh gà; lời khuyên Lấy ra
- ⅓ chén tương ớt
- ¼ chén mứt cam
- 1 muỗng canh giấm rượu vang đỏ
- 1½ muỗng cà phê nước sốt Worrouershire
- ¼ muỗng cà phê bột tỏi
- ¼ muỗng cà phê mù tạt sẵn sàng

Hướng

a) Cắt đôi mỗi cánh; đặt trong túi lớn có thể khóa lại được. Thêm nguyên liệu ngâm nước muối; túi niêm phong. Biến chiếc túi thành đôi cánh. Làm lạnh ít nhất 4 giờ hoặc tối đa 24 giờ, thỉnh thoảng xoay túi. Nướng nhiệt đến 375

b) Để ráo gà, chia lại nước xốt

c) Đặt gà lên vỉ nướng. Nướng 45-60 phút, thỉnh thoảng quét nước xốt. Loại bỏ bất kỳ nước ướp còn lại.

52. chim sáo BBQ

Năng suất: 1 phần ăn

Nguyên liệu

- $\frac{1}{2}$ túi cánh gà đông lạnh
- $\frac{1}{4}$ chén dầu Salad
- 5 củ hành tây vừa phải, thái hạt lựu
- 3 chén nước sốt cà chua
- $1\frac{1}{2}$ chén đường nâu đóng gói
- $\frac{3}{4}$ chén giấm trắng
- 3 muỗng canh nước sốt Worrouershire
- 4 thìa ớt bột
- 2 muỗng canh muối
- $\frac{1}{4}$ muỗng cà phê mù tạt khô

Hướng

a) Làm nóng vỉ nướng trên 400.

b) Trong dầu salad nóng trên lửa vừa và cao, nấu hành tây cho đến khi mềm.

c) Cho các nguyên liệu làm rem vào, đun đến sôi, khuấy liên tục.

d) Giảm nhiệt và đun nhỏ lửa trong 30 phút, thỉnh thoảng khuấy.

e) Đổ lên cánh và nướng trong nước sốt trong 1 giờ.

53. Cánh trâu nướng

Nguyên liệu

- 4 lạng. cánh gà
- 1 chén giấm rượu táo 1 muỗng cà phê ớt đỏ
- 2 muỗng canh dầu thực vật 1 muỗng cà phê muối
- 2 muỗng canh nước sốt Worrouershire 1 muỗng cà phê tiêu xay tươi
- 2 muỗng canh ớt bột 1 muỗng canh Tabasco hoặc sốt cay yêu thích của bạn

Hướng

a) Trộn tất cả các nguyên liệu làm nước muối trong một đĩa nhỏ và khuấy kỹ. Đặt cánh gà vào một túi đựng thực phẩm bằng nhựa lớn và đổ nước xốt vào. Ép không khí ra ngoài và buộc chặt miệng túi.

b) Massage túi nhẹ nhàng để phân phối nước xốt. Đặt trong một đĩa lớn và làm lạnh hoặc đặt trong ngăn mát trong vài giờ (tốt nhất là để qua đêm), thỉnh thoảng xoa bóp túi.

c) Sẵn sàng một ngọn lửa vừa phải trong vỉ nướng của bạn. Đặt giá nướng có dầu cao hơn 4-6 inch so với than hoặc đá dung nham. Vớt cánh ra khỏi nước xốt, rũ bỏ phần thừa và xếp lên giá nướng.

d) Nướng, quay thường xuyên và chải bằng nước muối dành riêng Khoảng 25 đến 30 phút nên làm như vậy cho đến khi da bắt đầu cháy.

54. Cánh gà soda chanh

Nguyên liệu

- Lemon Lime Soda
- xì dầu
- dầu ô liu, mù tạt
- tỏi
- hành lá

Hướng

a) Cho soda chanh, nước tương, dầu ô liu, mù tạt, tỏi và hành lá vào đĩa rồi trộn đều. Đặt gà vào các túi lớn có thể khóa kín, sau đó đổ nước muối vào và đảm bảo gà được đậy kín. Làm lạnh ít nhất 8 giờ hoặc qua đêm.

b) Nhiệt nướng vừa phải. Khi vỉ nướng của bạn nóng, hãy dùng kẹp nhúng một miếng khăn giấy vào dầu thực vật và chạy chúng hàng chục lần trên vỉ nướng.

c) Nướng gà, thỉnh thoảng phết nước xốt còn sót lại, cho đến khi gà chín đều, khoảng 5-6 phút mỗi mặt.

xúc xích nướng

55. Xúc xích ăn sáng

Năng suất: 12 phần ăn

Nguyên liệu

- 2 muỗng canh Nước cam, Cô đặc đông lạnh
- 2 muỗng canh xi-rô phong
- 4 đoạn Bánh mì
- 1 quả trứng, trộn nhẹ
- ½ pound xúc xích loại nhẹ
- ½ cốc Thái hạt lựu hồ đào nướng
- 2 muỗng canh rau mùi tây

Hướng

a) Phá vỡ bánh mì trong nước cam và xi-rô cây phong. Thêm trứng và trộn kỹ.

b) Trộn trong các thành phần còn lại. Làm thành những viên xúc xích nhỏ có đường kính khoảng 1 inch hoặc thành miếng chả. Chiên từ từ trong vỉ nướng hoặc vỉ nướng trên lửa vừa phải cho đến khi chín vàng.

c) Hâm nóng lại trong lò nướng ấm trước khi phục vụ.

56. Xúc xích nấm rừng nướng

Năng suất: 2 phần

Nguyên liệu

- ức gà 6 ounce; xương và da
- 1 quả trứng
- 2 ounce kem nặng; Lạnh
- 3 ounce Nấm Cremini
- 3 ounce Nấm Portabella
- 3 lạng nấm Shiitake
- 3 ounce Nấm nút
- ½ ounce Thảo dược hảo hạng (Mùi tây; Tarragon, Hẹ, Chervil)
- 1 lạng hẹ tây; thái hạt lựu
- Muối; Nếm thử
- Tiêu; Nếm thử
- Bơ

Hướng

a) Đối với mousse gà: Nghiền gà trong máy xay thực phẩm cho đến khi mịn. Thêm muối và hạt tiêu và trứng. Xung chỉ để trộn và cạo các bên.

b) Trong khi máy xay thực phẩm đang chạy, thêm kem dần dần qua ống nạp.

c) Chill và dự trữ. Rửa sạch và cắt nấm. Trong chảo nóng, nấu nấm với bơ. Khi nấm có màu nâu, thêm hẹ tây và rau thơm. Lấy ra khỏi chảo và làm lạnh. nấm và thịt gà chồng lên nhau.

d) phẳng bọc nhựa trên bàn. Ở giữa, múc một thìa hỗn hợp nấm dày 1 inch. Cuộn nhựa thành một khúc gỗ. Buộc các đầu bằng một chuỗi và buộc vào các liên kết. Luộc trong nước sôi trong 10 phút. Giặt các liên kết trong nước đá. Điều này có thể được thực hiện trước 3 ngày. Để phục vụ, hãy lấy xúc xích ra khỏi nhựa và nướng, quay hoặc xông khói cho đến khi xúc xích nóng đều. Cắt xúc xích ra và ăn kèm với salad trộn.

57. Tapas xúc xích nướng

Năng suất: 6 phần ăn

Nguyên liệu

- ½ pound Xúc xích hun khói nấu chín hoàn toàn
- ½ pound Bratwurst nấu chín hoàn toàn
- ½ pound xúc xích mùa hè nấu chín
- 10 miếng dứa, để ráo nước
- 1 quả táo đỏ ngon, cắt miếng
- 1 quả bí mùa hè/bí xanh, cắt thành miếng 1 inch
- 2 củ hành tây nhỏ, luộc sơ, cắt miếng vuông
- 4 quả cà chua mận hoặc cà chua bi, giảm một nửa
- 4 s vừa phải đến 6 nấm nguyên con
- 1 ớt chuông xanh và đỏ nhỏ
- muối chanh / nước mắm
- ¾ chén dầu ô liu
- 3 muỗng canh Giấm rượu vang đỏ
- ⅓ cốc nước cốt chanh tươi
- 2 muỗng cà phê vỏ chanh nạo
- 1 tép tỏi, băm nhỏ
- 2 muỗng canh Đường

- ½ muỗng cà phê húng tây
- ¼ muỗng cà phê tiêu xay tươi
- ½ muỗng cà phê muối

Hướng

a) đĩa trộn lớn , thêm Nguyên liệu nước muối chanh tiêu . Trộn bằng máy đánh trứng cho đến khi được trộn đều. Thêm các miếng xúc xích và phủ đều, xoay bằng thìa. ngâm nước muối trong tủ lạnh ít nhất 1 giờ, thỉnh thoảng xoay . Làm nóng vỉ nướng.

b) Xiên xen kẽ xúc xích với trái cây và rau củ .

c) Đặt kabobs trên vỉ nướng; chải rộng rãi với nước muối còn lại .

d) Nướng 5 đến 6 phút - xoay khi cần. Chải bằng nước muối .

58. Xúc xích nướng

Năng suất: 1 phần

Nguyên liệu

- 2 pound Liên kết xúc xích thịt bò và thịt cừu tươi
- 2 pound xúc xích thịt lợn thì là rượu whisky hun khói; xung quanh
- Sốt cà chua tự chế
- Các loại mù tạt
- 12 ổ bánh mì nhỏ kiểu Pháp hoặc bánh xúc xích
- 4 củ hành tây vừa phải ; thái hạt lựu
- 4 tép tỏi; thái hạt lựu
- bốn lon toàn bộ cà chua
- ½ chén đường
- 1 chén giấm táo
- 1 muỗng cà phê toàn bộ đinh hương
- 1 thìa cà phê hạt tiêu; nghiền nát
- 1 thanh quế
- 1 muỗng cà phê hạt cần tây
- 2 muỗng cà phê mù tạt khô
- 1 muỗng cà phê ớt bột
- Tabasco để hương vị

Hướng

a) Sẵn sàng nướng.

b) Nướng xúc xích tươi trên giá đã bôi dầu đặt trên than hồng rực từ 5 đến 6 inch, xoay chúng trong 10 đến 15 phút hoặc lâu hơn cho đến khi chín hẳn (170F. Trên nhiệt kế đọc tức thì). Nướng xúc xích hun khói trên giá, xoay chúng từ 5 đến 8 phút hoặc lâu hơn cho đến khi nóng đều

c) Phục vụ xúc xích với sốt cà chua và mù tạt trên bánh mì.

d) Làm xốt cà chua:

e) Trong một ấm đun nước nặng, nấu hành tây, tỏi và cà chua.

f) Đậy nắp, đun trên lửa nhỏ vừa phải, thỉnh thoảng khuấy cho đến khi hành tây rất mềm, khoảng 40 phút. Buộc hỗn hợp qua máy nghiền thực phẩm có gắn đĩa thô vào đĩa.

g) Trong một ấm đun nước đã làm sạch, khuấy đều hỗn hợp nhuyễn, đường và giấm rồi đun nhỏ lửa, không đậy nắp, khuấy thường xuyên để tránh bị cháy, đun cho đến khi giảm đi một lượng nhỏ, khoảng 20 phút

h) Buộc đinh hương, hạt tiêu, quế và hạt cần tây trong túi vải mỏng và thêm vào hỗn hợp cà chua với mù tạt và ớt bột. Đun nhỏ hỗn hợp, khuấy đều, cho đến khi rất đặc, khoảng 10 phút

59. Xúc xích hun khói nướng

Năng suất: 4 phần ăn

Nguyên liệu

- 1 lít nước dùng gà
- $\frac{3}{4}$ ounce bột bắp
- $\frac{1}{2}$ lít giấm rượu vang đỏ
- $\frac{1}{2}$ lít dầu ô liu nguyên chất
- $\frac{1}{2}$ muỗng cà phê muối
- 1 muỗng cà phê húng quế tươi thái hạt lựu
- 1 muỗng cà phê oregano tươi thái hạt lựu
- $\frac{1}{2}$ muỗng cà phê tỏi tươi thái hạt lựu
- 1 muỗng cà phê húng tây tươi thái hạt lựu
- 1 tỏi tây cắt làm tư
- 1 quả bí dày 1/8"
- 1 quả bí vàng dày 1/8"
- 1 củ hành dày 1/8"
- 1 quả cà chua dày 1/8"
- 4 xúc xích hun khói

Hướng

a) Đun sôi nước dùng (nước dùng). Pha loãng tinh bột ngô trong một ít nước lạnh hoặc nước dùng (nước dùng). Dần dần kết hợp tinh bột ngô pha loãng. Khuấy cho đến khi nước dùng đủ đặc để tráng nhẹ mặt sau của thìa

b) Để kho nguội. Khi nguội, cho giấm và dầu cùng với các loại thảo mộc vào máy xay thực phẩm. Thêm muối cho vừa ăn.

c) nướng nhiệt

d) Trộn nhẹ rau trong nước muối , vừa đủ để tráng.

e) Đặt trên vỉ nướng và nấu cho đến khi mềm, khoảng 3-5 phút

f) Nướng xúc xích hun khói cùng với rau. Phục vụ xúc xích hun khói với một loạt các loại rau.

60. Bánh mì xúc xích ăn sáng

Năng suất: 1 phục vụ

Nguyên liệu

- Bơ mềm hoặc bơ thực vật
- 8 đoạn Bánh mì
- 1 pound xúc xích heo, nấu chín
- Vỡ vụn, và thoát nước
- 1 chén phô mai cheddar bào nhỏ
- 2 quả trứng, trộn
- 1½ cốc Sữa
- 1½ muỗng cà phê mù tạt

Hướng

a) Phết bơ lên một mặt của mỗi miếng bánh mì.

b) Đặt 4 đoạn, mặt đã phết bơ, úp xuống, thành một lớp duy nhất trong đĩa nướng hình vuông 8 inch đã được bôi mỡ nhẹ.

c) trên mỗi đoạn bánh mì với xúc xích và các đoạn bánh mì còn lại, phết bơ lên trên. Rắc phô mai.

d) Trộn các thành phần còn lại; Spurt trên bánh mì. đậy nắp và làm lạnh ít nhất 8 giờ.

61. xúc xích nướng

Năng suất: 100 phần

Nguyên liệu

- xúc xích đánh bóng $18\frac{3}{4}$ pound
- $3\frac{1}{8}$ cân dưa bắp cải
- 1 cân hành khô
- 100 bánh mì Frankfurter
- $1\frac{1}{8}$ pound mù tạt

Hướng

a) Nướng cho đến khi chín kỹ và có màu nâu. Xoay thường xuyên để đảm bảo chín đều.

b) Đặt 2 miếng xúc xích vào mỗi cuộn.

c) Trải 1 muỗng cà phê mù tạt lên mỗi xúc xích. Thêm 1 muỗng canh dưa cải bắp và 1 muỗng cà phê hành tây thái hạt lựu.

d) Phục vụ nóng.

62. Xúc xích andouille nướng

Năng suất: 1 phần ăn

Nguyên liệu

- 2 muỗng cà phê dầu ô liu
- ½ pound xúc xích Andouille
- ½ chén hành tây thái hạt lựu
- ½ pound phô mai xanh Maytag
- 1 pound bít tết sườn; cắt làm 4
- Nước hoa
- khoai tây nghiền
- 1 muỗng canh mùi tây tươi thái hạt lựu
- 1 muỗng canh dầu ô liu
- 1 chén hành tây thái lát mỏng
- Muối
- Hạt tiêu vừa mới nghiền
- ¼ pound nửa quả óc chó
- 1 pound khoai tây mới; quý và nướng
- 2 muỗng cà phê tỏi thái hạt lựu
- 2 chén Giảm thịt bê

Hướng

a) Làm nóng vỉ nướng.

b) Đặt từng miếng bít tết sườn vào giữa hai tấm màng bọc thực phẩm.

c) Sử dụng một cái vồ ăn, giã từng miếng bít tết dày khoảng $\frac{1}{4}$ inch. Lấy ra và loại bỏ bọc nhựa.

d) Nêm tinh chất vào cả hai mặt của miếng bít tết.

e) Thìa 2 ounce hỗn hợp xúc xích đều trên mỗi miếng bít tết. Rắc đều 2 ounce pho mát lên từng miếng bít tết. Bắt đầu từ một đầu, cuộn chặt từng miếng bít tết lại, tạo thành hình dạng giống như thạch cuộn.

f) Cố định mỗi vòng quay bằng ba que tăm.

g) Đặt bánh cuộn lên vỉ nướng và nấu từ 2 đến 3 phút ở tất cả các mặt, ở mức tái vừa phải.

h) Lấy ra khỏi vỉ nướng và để yên vài phút trước khi cắt lát.

i) Sử dụng một con dao sắc bén, chia từng vòng tròn thành các đoạn $\frac{1}{2}$ inch.

j) Để phục vụ, đặt khoai tây vào giữa mỗi đĩa. Sắp xếp các đoạn roulade xung quanh khoai tây. Trang trí với mùi tây.

63. Bánh kếp xúc xích nướng

Năng suất: 1 phục vụ

Nguyên liệu

- 1 cân vịt có mỡ
- ½ pound Thịt mông heo
- ¼ cân Pancetta
- 1 muỗng cà phê hạt thì là
- 1 muỗng cà phê quế
- 1 muỗng cà phê muối
- ¼ pound chất béo Caul
- 4 muỗng canh dầu ô liu nguyên chất
- 2 tép tỏi, thái lát mỏng
- 2 chén cải xoăn
- Muối và hạt tiêu mới xay để nếm
- 2 Chai giấm balsamic, giảm xuống 20 phần trăm thành xi-rô

Hướng

a) Làm nóng vỉ nướng hoặc vỉ nướng.

b) Cắt vịt, mông heo và pancetta thành những miếng vuông ¼ inch. Chạy thịt qua máy xay. Hỗn hợp nên khá thô.

c) Trong một đĩa trộn lớn, trộn thịt xay với quế, thì là và muối. Trộn rất tốt. Chia hỗn hợp thành 8 miếng hình bầu dục bằng nhau, dày khoảng $\frac{1}{2}$ inch. Bọc từng miếng chả trong mỡ caul. Đặt các miếng chả dưới vỉ nướng hoặc trên vỉ nướng và nướng chín, khoảng 4 đến 5 phút mỗi mặt. Để qua một bên.

d) chảo rán lớn từ 12 đến 14 inch, đun nóng dầu ô liu cho đến khi bốc khói.

e) Thêm tỏi và chiên cho đến khi có màu nâu rất nhạt, khoảng 2 phút. trộn cải xoăn vào và xào, đảo nhanh tay, khoảng 2 đến 3 phút, cho đến khi vừa héo nhưng không quá mềm. Tắt bếp và nêm muối và hạt tiêu.

f) Chia đều hỗn hợp ra 4 đĩa và thưởng thức.

64. Xúc xích cừu Ma-rốc tự làm

Năng suất: 4 phần ăn

Nguyên liệu

- 1⅓ pound Thịt cừu nạc, xay với
- ⅔ pound Mỡ cừu, thịt lợn hoặc thịt bò
- 2 muỗng canh nước
- 1½ muỗng canh Tỏi băm
- 2 muỗng canh rau mùi tươi thái hạt lựu
- 2 muỗng canh mùi tây tươi thái hạt lựu
- 2 thìa ớt bột
- 1½ muỗng cà phê thì là xay
- 1½ muỗng cà phê rau mùi
- 1¼ muỗng cà phê quế
- ¾ muỗng cà phê ớt cayenne
- 1¼ muỗng cà phê muối
- ½ muỗng cà phê tiêu mới xay
- Vỏ heo 2 feet
- 2 thìa dầu ô liu; không bắt buộc
- 1 quả ớt xanh lớn; không bắt buộc
- 2 củ hành tây vừa phải ; không bắt buộc

Hướng

a) Trộn tất cả các thành phần trừ dầu ô liu và ba thành phần tùy chọn trong một đĩa lớn và trộn đều.

b) Làm nóng vỉ nướng hoặc vỉ nướng.

c) Nướng hoặc nướng từ 3 đến 4 phút mỗi bên cho đến khi chín hẳn. Đối với viên ngậm, phết dầu và nấu mỗi mặt từ 3 đến 4 phút. Đối với chả, phết dầu và nướng mỗi mặt từ 4 đến 5 phút hoặc chiên trên lửa lớn.

d) Nếu muốn, xúc xích có thể được xiên xen kẽ với các miếng tiêu xanh và các phần hành tây trước khi nướng

65. Xúc xích bí đỏ nướng bia

Năng suất: 1 phục vụ

Nguyên liệu

- 1 chai bia ale
- 4 ounce Bí ngô; tươi hoặc đóng hộp
- 1 lạng Tỏi; thái hạt lựu
- 1-ounce xi-rô phong nguyên chất
- 2 liên kết mỗi con vị t; đâm bằng nĩa
- 2 mắt thị t nai; đâm bằng nĩa
- xúc xích gà 2 mắt; đâm bằng nĩa
- 1 củ hành tím nhỏ; phân đoạn mỏng
- 1 muỗng canh Bơ
- Muối
- Tiêu
- 1 củ thì là; cạo
- 1 ounce mỗi phô mai saga bleu
- 1 ounce Anh stilton
- Gorgonzola 1 ounce

Hướng

a) Trộn porter, bí ngô, tỏi và xi-rô cây phong rồi rưới lên xúc xích.

b) Lấy xúc xích ra khỏi nước muối và nướng trong lò nướng 500 độ trong 10 phút. Phân khúc và nướng cho đến khi hoàn thành.

c) Nấu hành tây trong bơ trên lửa nhỏ cho đến khi mềm và trong. Nêm với muối và hạt tiêu

66.   xúc xích nướng trong tortillas

Năng suất: 15 phần ăn

Nguyên liệu

- 1 pound Xúc xích Ý nóng hoặc ngọt
- 1 chén rượu vang đỏ thị nh soạn
- 9 bánh ngô 8 inch hoặc 6 inch
- mù tạt mật ong

Hướng

a) Xếp xúc xích thành một lớp trong vỉ nướng 9 inch . Phun rượu lên xúc xích. Đun sôi. Giảm nhiệt, đậy nắp một phần và đun nhỏ lửa cho đến khi xúc xích chín, xoay thường xuyên, khoảng 12 phút.

b) Lấy xúc xích ra khỏi chảo và để nguội một chút.

c) Thị t nướng đã sẵn sàng (nhiệt độ vừa phải - cao). Cắt xúc xích thành các đoạn ½ inch. các đoạn gai trên xiên kim loại dài, sử dụng 3 đến 4 xiên.

d) Cắt bánh ngô thành các phần tư và bọc trong giấy bạc. Đặt bánh tortillas ở bên cạnh vỉ nướng để làm nóng. Nướng xúc xích cho đến khi nóng đều và chín đều các mặt, khoảng 5 phút.

e) Lấy xúc xích ra khỏi xiên và đặt vào đĩa phục vụ . Phục vụ xúc xích với bánh ngô và mù tạt.

67. Bánh mì xúc xích nướng

Năng suất: 4 phần ăn

Nguyên liệu

- 1 muỗng canh dầu ô liu
- 1 củ hành tây, thái hạt lựu
- 1 tép tỏi, băm nhỏ
- 1 ớt đỏ ngọt, thái hạt lựu
- Nhúm mảnh ớt cay
- Cà chua
- 2 muỗng canh mùi tây tươi thái hạt lựu
- $\frac{1}{4}$ muỗng cà phê muối và hạt tiêu mỗi loại
- 4 xúc xích Ý
- 4 bánh cuộn kiểu Ý giòn
- 4 lá xà lách
- 4 muỗng cà phê phô mai Parmesan mới bào

Hướng

a) Trong chảo nặng, đun nóng dầu trên lửa vừa phải ; nấu hành tây và tỏi, thỉnh thoảng khuấy trong 5 phút hoặc cho đến khi mềm. Thêm hạt tiêu đỏ và ớt cay; nấu trong 2 phút.

b) Khuấy cà chua, rau mùi tây, muối và hạt tiêu; đun sôi. Giảm nhiệt; đun nhỏ lửa trong 20 phút hoặc lâu hơn cho đến khi đặc lại.

c) Trong khi đó, cắt xúc xích theo chiều dọc gần như toàn bộ. Mở ra và đặt, cắt úp xuống, trên vỉ nướng đã bôi mỡ ở nhiệt độ cao vừa phải ; nấu khoảng 5 phút mỗi mặt hoặc nhiều hơn cho đến khi bên ngoài giòn và bên trong không còn màu hồng.

d) đoạn từng cuộn theo chiều ngang; bánh mì nướng, cắt mặt dưới, trong 2 đến 3 phút hoặc lâu hơn cho đến khi vàng đều. trên mỗi phần dưới cùng với rau diếp và xúc xích; muỗng sốt cà chua lên trên . Rắc Parmesan; nắp có nắp trên phân số của cuộn.

68. Lạp xưởng nướng tiêu

Năng suất: 1 phần ăn

Nguyên liệu

- 12 xúc xích Ý; (nóng vừa phải)
- 3 quả ớt đỏ lớn
- 2 củ hành tây vừa phải
- 3 bắp ngô
- 2 cà chua bít tết
- 12 lá húng quế lớn
- ⅓ chén và 4 muỗng canh dầu ôliu nguyên chất
- muối Kosher để hương vị
- Hạt tiêu đen mới xay để nếm
- 4 muỗng canh giấm balsamic
- 1 tép tỏi lớn; (thái hạt lựu)

Hướng

a) Chuẩn bị lửa vừa phải và đặt vỉ nướng cao hơn than 6 inch. Cho 4 muỗng canh dầu vào đĩa và trộn tỏi đã thái hạt lựu vào.

b) Chải ớt, hành tây và ngô với dầu và nêm muối và hạt tiêu.

c) Đặt ớt lên vỉ nướng (mặt cắt úp xuống) và nấu trong khoảng 4-5 phút.

d) Lật mặt nướng thêm 2 phút. Hãy cẩn thận để da không trở nên quá khô.

e) Vớt ớt và thái sợi ra. Đặt hành tây lên vỉ nướng và nấu trong 3 phút cho mỗi bên. Lấy ra khỏi vỉ nướng và cắt thành miếng $\frac{1}{2}$ inch.

f) Đặt ngô lên vỉ nướng và nấu trong 1 phút. Xoay ngô và tiếp tục nướng

g) Lấy ra khỏi vỉ nướng và dùng dao tách các hạt ra khỏi lõi ngô. Đặt xúc xích lên vỉ nướng và nấu khoảng 4 phút cho mỗi mặt. Xúc xích nên nấu trong khoảng 6-8 phút.

h) Cho ớt thái sợi, hành tây thái hạt lựu, hạt ngô và cà chua thái hạt lựu vào đĩa. thêm húng quế

i) Nêm với muối và hạt tiêu

j) Chia salad thành sáu đĩa và đặt hai xúc xích trên mỗi đĩa. Ăn kèm với bánh mì Ý giòn.

69. Xúc xích nướng mù tạt cay

Năng suất: 1 phần

Nguyên liệu

- Xúc xích Ý mềm --
- nướng
- mù tạt cay
- thị t xiên

Hướng

a) Nướng hoặc nướng xúc xích Ý nhẹ; cắt thành miếng và phục vụ trên xiên, kèm theo mù tạt cay yêu thích của bạn.

70. Xúc xích nướng và Portobello

Năng suất: 6 phần ăn

Nguyên liệu

- 2 cân cà chua; giảm một nửa
- 1 nấm Portobello lớn
- 1 muỗng canh dầu thực vật
- 1 muỗng cà phê Muối; đã chia ra
- 1 pound xúc xích Ý ngọt
- 2 muỗng canh dầu ô liu
- 1 muỗng cà phê tỏi băm
- $\frac{1}{4}$ muỗng cà phê húng tây
- $\frac{1}{4}$ muỗng cà phê tiêu mới xay
- 1 cân Rigatoni

Hướng

a) nướng nhiệt

b) Chải cà chua và nấm với dầu thực vật và nêm $\frac{1}{2}$ muỗng cà phê muối. Nướng trên lửa vừa phải cho đến khi mềm, 5 đến 10 phút đối với cà chua và 8 đến 12 phút đối với nấm, quay một lần. Nướng xúc xích từ 15 đến 20 phút, quay một lần.

c) Xúc xắc cà chua; phân khúc xúc xích và nấm; Chuyển sang món ăn lớn. Khuấy dầu ô liu, tỏi, $\frac{1}{2}$ muỗng cà phê muối, húng tây và hạt tiêu còn lại.

d) trộn với rigatoni nóng.

71.   Xúc xích nướng sốt

Năng suất: 1 phần ăn

Nguyên liệu

- 1 ounce nấm porcini khô
- 1½ cốc nước nóng
- 3 muỗng canh dầu ô liu
- 1 củ hành tây lớn; thái hạt lựu
- 3 tép tỏi lớn; thái hạt lựu
- 1½ muỗng canh Hương thảo tươi thái hạt lựu
- ¼ muỗng cà phê ớt đỏ khô nghiền
- 2 lon cà chua mận Ý; ráo nước, thái hạt lựu
- 2 muỗng canh tương cà chua
- 3½ pound Xúc xích chưa nấu chín các loại

Hướng

a) Đặt nấm trong một món ăn nhỏ. Thêm 1½ cốc nước nóng; để yên 30 phút cho mềm.

b) ra khỏi nước ngâm, bóp nấm cho ra nước cho vào cùng một đĩa . dự trữ chất lỏng

c) Đun nóng dầu trên lửa vừa phải

d) Thêm hành tây và tỏi; chiên cho đến khi mềm, khoảng 8 phút. Thêm hương thảo và ớt đỏ và chiên trong 1 phút. Thêm cà chua, bột cà chua và nấm. chất lỏng ngâm nấm trào ra, để lại cặn lắng dưới đáy đĩa . Đun sôi nước sốt, khuấy thường xuyên.

e) Giảm nhiệt; đun nhỏ lửa cho đến khi đặc, thỉnh thoảng khuấy, khoảng 1 giờ. Mùa

f) Nướng xúc xích cho vừa chín tới, thỉnh thoảng quay xúc xích , khoảng 12 phút

72. Xúc xích nướng nho

Năng suất: 1 phục vụ

Nguyên liệu

- 4 muỗng canh dầu ô liu nguyên chất
- 1 củ hành đỏ vừa phải, thái mỏng
- 1 pound Rượu hoặc nho tím
- ½ pound bắp cải Napa, được chia thành các miếng 1/8"
- 8 cây thì là xúc xích Ý, đâm bằng nĩa
- 4 muỗng canh giấm rượu vang đỏ
- Muối và hạt tiêu cho vừa ăn

Hướng

a) Làm nóng vỉ nướng.

b) chảo rán 12 đến 14 inch, đun nóng dầu ô liu cho đến khi bốc khói. Thêm hành tây và nấu cho đến khi mềm và bắt đầu chuyển sang màu nâu, khoảng 6 đến 7 phút.

c) Thêm nho và bắp cải và nấu cho đến khi Bắp cải mềm và một số quả nho nở ra, khoảng 12 đến 15 phút.

d) Trong khi đó, đặt xúc xích lên vỉ nướng và nấu qua, quay thường xuyên, khoảng 12 đến 15 phút.

e) Thêm giấm vào hỗn hợp bắp cải và nêm muối và hạt tiêu.

f) Đặt xúc xích trên bắp cải và phục vụ từ chảo.

73. Xúc xích gà nướng kiểu Thái

Năng suất: 1 phục vụ

Nguyên liệu

- 6 Xúc xích gà cay kiểu Thái
- 6 cái bánh mì xúc xích
- 6 muỗng canh sốt mayonnaise ít béo hoặc thông thường
- 1 quả ớt đỏ nướng nhỏ; băm nhuyễn
- 2 muỗng canh sốt sa tế đậu phộng Thái
- $4\frac{1}{2}$ muỗng cà phê nước cốt chanh

Hướng

a) Nấu xúc xích trên than nóng cho đến khi chín hẳn; thêm cuộn vào một hoặc hai phút cuối cùng để nướng.

b) Trộn sốt mayonnaise, ớt đỏ, sốt sa tế và nước cốt chanh trong một đĩa nhỏ ; trộn đều.

c) Trải bánh mì nướng với hỗn hợp sốt mayonnaise; thêm xúc xích và trang trí như mong muốn.

74. Tôm và xúc xích nướng

Năng suất: 4 phần ăn

Nguyên liệu

- ¾ chén dầu Olive
- 2 muỗng canh (đóng gói) lá húng tây tươi
- 2 (lớn) đinh hương; băm nhỏ
- ½ muỗng cà phê ớt đỏ nghiền khô
- 32 con tôm lớn chưa nấu chín; gọt vỏ, thái chỉ
- 32 nấm mỡ hoặc nấm nút; tỉa cành
- 8 xiên tre; ngâm nước 30 phút
- 1½ pound xúc xích Andouille

Hướng

a) Trộn dầu ô liu, húng tây, tỏi băm nhỏ và ớt đỏ nghiền nát trong một bộ xử lý trong 1 phút. Đổ hỗn hợp ra đĩa lớn. Thêm tôm và để yên 1 giờ ở nhiệt độ phòng. Vớt tôm ra khỏi nước muối; Dự trữ nước muối. xiên 1 cây nấm theo chiều ngang trên 1 xiên.

b) Giữ 1 miếng andouille theo đường cong của 1 con tôm; xiên vào nhau, trượt bên cạnh cây nấm. lặp lại, xen kẽ tổng cộng 4 nấm, 4 tôm và 4 miếng andouille trên mỗi xiên

c) Thịt nướng đã sẵn sàng (nhiệt độ vừa phải - cao). Đun sôi nước muối dành riêng trong một cái chảo nhỏ nặng.

d) Sắp xếp xiên trên vỉ nướng và chải bằng nước muối. Nướng cho đến khi tôm chín, thỉnh thoảng quay và phết nước muối, khoảng 8 phút.

75. xúc xích nướng

Năng suất: 20 phần ăn

Nguyên liệu

- 2 chén nước sốt cà chua; <HOẶC>
- 2 cốc nước sốt cà chua
- 4 muỗng canh Tương ớt
- 1 muỗng canh Giấm
- 1 thìa nước cốt chanh
- 2 muỗng cà phê Đường
- Muối và tiêu
- $\frac{1}{2}$ thìa ớt bột
- $\frac{1}{4}$ muỗng cà phê quế
- thái hạt lựu ; như mong muốn để hương vị
- $\frac{1}{4}$ muỗng cà phê tiêu
- Cần tây 3 cọng

Hướng

a) Xúc xắc hành tây và cần tây và chiên trong dầu ăn.

b) Thêm các thành phần còn lại và nấu trong khoảng 20 phút.

c) Cho xúc xích vào chảo bánh mì và nướng trong một giờ ở nhiệt độ 350°

76. xích nướng

Nguyên liệu

- 2/3 c. nước sốt bít tết
- 1 T. đường nâu
- 1/2 c. bảo quản dứa
- xúc xích
- 2 T. bơ

Hướng

a) Trộn bốn thành phần đầu tiên. Đun nóng trong một cái chảo nhỏ trên lửa nhỏ cho đến khi đường tan, thỉnh thoảng khuấy.

b) Nướng xúc xích trên than nóng, phết nước sốt.

c) Xoay thường xuyên.

77. Beerwurst

Nguyên liệu

- 12 xúc xích bratwurst
- 24 ounce bia
- chảo nhôm dùng một lần

Hướng

a) Làm nóng vỉ nướng và sẵn sàng để nướng gián tiếp. Đặt chảo nhôm lên phần không được làm nóng của vỉ nướng. Đổ bia vào chảo. Đặt xúc xích trên nhiệt trực tiếp. Ngọn lửa nên ở nhiệt độ vừa phải. Đóng nắp và nấu trong khoảng 10 phút. Xoay bratwurst thường xuyên.

b) Khi xúc xích bắt đầu chuyển sang màu nâu, cho xúc xích vào chảo cùng với bia. Khi tất cả xúc xích đã ở trong chảo, đóng nắp lại và nấu thêm khoảng 20 phút nữa

c) Bày ngay ra khỏi chảo để xúc xích còn nóng và mọng nước.

RAU

78. tỏi tây nướng sâm panh

Năng suất: 4 phần ăn

Thành phần

- 6 rò rỉ kích thước vừa phải
- 2 muỗng canh dầu ô liu
- 1 chén húng tây tươi; thái hạt lựu
- 2 ly sâm panh
- 1 chén nước dùng gà
- 1 chén phô mai feta vụn
- Muối và tiêu; nếm thử

Hướng

a) Cắt bỏ phần ngọn và phần dưới của tỏi tây, để lại khoảng 2 đến 3 inch màu xanh lá cây phía trên phần trắng của tỏi tây. Từ giữa tỏi tây đã cắt tỉa, tạo một số đoạn theo chiều dọc về phía màu xanh của tỏi tây. Rửa sạch tỏi tây.

b) Trong một cái chảo lớn, đun nóng dầu ô liu trên lửa vừa phải. Khi dầu nóng, thêm húng tây và khuấy trong 1 phút. Thêm tỏi tây và xào trong 3 phút, cho đến khi vàng nhẹ ở một số mặt. Thêm rượu sâm banh và nước dùng, đun nhỏ lửa tỏi tây cho đến khi mềm, khoảng 8 phút. Lấy tỏi tây ra khỏi chảo và đặt sang một bên.

c) Tiếp tục đun nhỏ lửa còn lại trong chảo cho đến khi giảm một nửa. Trong khi đó, nướng tỏi tây trên lửa than nóng vừa phải trong 8 đến 10 phút, quay nhiều lần. Lấy tỏi tây ra khỏi vỉ nướng và cắt đôi theo chiều dọc.

d) Phục vụ ngay lập tức, thêm một ít feta và một ít nước sốt giấm vào mỗi phần

79.   Nấm hương nướng than

Năng suất: 4 phần ăn

Thành phần

- 8 ounce nấm hương
- 1 muỗng canh dầu ô liu
- 1 muỗng canh Tamari
- 1 muỗng canh Tỏi, nghiền nát
- 1 muỗng cà phê hương thảo, băm nhỏ
- Muối và hạt tiêu đen
- 1 muỗng cà phê xi-rô cây phong
- 1 muỗng cà phê dầu mè
- đậu nành

Hướng

a) Rửa sạch nấm. Vớt ra và bỏ cuống. Trộn nấm với các nguyên liệu còn lại và ướp trong 5 phút. Nướng mũ trên than cho đến khi hơi cháy.

b) Trang trí với edamame.

80. Rau hoa giấy nướng

Năng suất: 4 phần ăn

Thành phần

- 8 quả cà chua bi; - giảm một nửa, tối đa 10
- $1\frac{1}{2}$ chén Ngô cắt từ lõi ngô
- 1 quả ớt đỏ ngọt; thái sợi
- $\frac{1}{2}$ quả ớt xanh vừa phải ; thái sợi
- 1 củ hành tây nhỏ; phân khúc
- 1 thìa lá húng quế tươi; thái hạt lựu
- $\frac{1}{4}$ thìa cà phê vỏ chanh nạo
- Muối và tiêu; nếm thử
- 1 muỗng canh + 1 muỗng cà phê bơ không ướp muối hoặc; bơ thực vật; cắt

Hướng

a) Trộn tất cả nguyên liệu trừ bơ trong một đĩa lớn; trộn nhẹ nhàng để trộn đều. Chia hỗn hợp rau làm đôi. Đặt mỗi nửa vào giữa một miếng giấy nhôm nặng 12 x 12 inch. Chấm rau với bơ

b) Mang các góc của giấy bạc lại với nhau để tạo thành một kim tự tháp; xoắn để niêm phong.

c) Nướng các gói giấy bạc trên than nóng vừa phải trong 15 đến 20 phút hoặc cho đến khi rau mềm. Phục vụ ngay lập tức.

81. Atisô nướng than

Năng suất: 6 phần

Thành phần

- 12 bông atisô lớn
- $1\frac{1}{2}$ chén giấm rượu sherry
- $\frac{1}{2}$ cốc nước cốt chanh
- 1 chén dầu ô liu
- muối và tiêu

Hướng

a) Từng người một, nắm lấy cuống atisô và đập vào bề mặt làm việc để mở chúng ra mà không làm đứt lá.

b) Cắt bỏ cuống; rửa trong nước lạnh và ráo nước. Sắp xếp một lớp atisô trong một món ăn lớn. Nêm kỹ và vẩy nhiều giấm, sau đó thêm một ít nước cốt chanh và một ít dầu.

c) lặp lại quy trình cho đến khi tất cả atisô ngâm trong nước muối. Để ướp trong 8 giờ, thỉ nh thoảng khuấy bằng thìa gỗ dài.

d) Khi ướp, nướng atisô trên than củi hoặc gỗ cứng, tẩm nước muối.

e) Dọn ra đĩa thật nóng, hai đĩa, ở tư thế 'ngồi' với các lá hướng lên trên.

82. Khoai tây nướng phô mai

Năng suất: 4 phần ăn

Thành phần

- 3 củ khoai tây, mỗi củ cắt làm 8, nêm theo chiều dọc
- 1 củ hành tây, thái mỏng
- 2 muỗng canh dầu ô liu
- 1 muỗng canh mùi tây tươi thái hạt lựu
- $\frac{1}{2}$ muỗng cà phê bột tỏi
- $\frac{1}{2}$ muỗng cà phê muối
- $\frac{1}{2}$ muỗng cà phê tiêu xay thô
- 1 chén phô mai cheddar vụn hoặc phô mai Colby-jack

Hướng

a) Trong một đĩa lớn, trộn khoai tây nêm, hành tây, dầu, rau mùi tây, bột tỏi, muối và hạt tiêu. Đặt trong chảo nướng giấy bạc trong một lớp. Đậy chảo giấy bạc thứ hai để tạo thành gói. Gia cố cạnh kín của gói bằng giấy bạc.

b) Đặt trên vỉ nướng trên lửa vừa phải ; nấu từ 40 đến 50 phút hoặc cho đến khi mềm, định kỳ lắc gói và xoay ngược nửa chừng trong quá trình nướng. Lấy ra che; trên cùng với pho mát. Đậy nắp, nấu thêm 3 đến 4 phút nữa cho đến khi phô mai tan chảy.

83.   Cơm thập cẩm lúa mạch với táo nướng

Năng suất: 6 phần

Thành phần

- 1 chén lúa mạch
- 2 muỗng cà phê dầu hạt cải
- 1 muỗng cà phê chiết xuất vani
- $\frac{1}{8}$ muỗng cà phê bột quế
- $\frac{1}{8}$ muỗng cà phê hạt nhục đậu khấu
- $\frac{1}{8}$ muỗng cà phê bạch đậu khấu
- $1\frac{1}{2}$ chén nước táo
- $1\frac{1}{2}$ cốc nước
- 2 quả táo nướng
- 2 thìa nước ép táo
- $\frac{1}{4}$ muỗng cà phê bột quế

Hướng

a) PILAF: Trong một cái chảo 2 lít, trộn lúa mạch, dầu, vani, quế, nhục đậu khấu và bạch đậu khấu. Xào cho đến khi có mùi thơm, khoảng 2 phút. Thêm nước ép táo và nước

b) Đun sôi, giảm nhiệt, đậy nắp và đun nhỏ lửa trong 45 đến 60 phút hoặc lâu hơn cho đến khi lúa mạch mềm và tất cả chất lỏng đã được hấp thụ.

c) TÁO: Táo bỏ lõi và cắt ngang thành những miếng tròn mỏng. Đặt trên một tấm nướng bánh. vẩy với 1 muỗng canh nước ép táo và $\frac{1}{8}$ muỗng cà phê quế. Nướng cách nhiệt khoảng 4 inch trong khoảng 3 phút. Lật các đoạn và vẩy nước trái cây và quế còn lại. Nướng trong 2 phút. Ăn nóng với cơm thập cẩm.

84.   bí nướng và zucchini

Năng suất: 4 phần ăn

Thành phần

- ¼ chén dầu Olive
- 1 muỗng canh tỏi băm
- ¼ chén ớt tươi băm nhỏ
- Lựa chọn của bạn
- 2 muỗng canh hạt Comino
- Muối và hạt tiêu cho vừa ăn
- 2 zucchini vừa phải, cắt theo chiều dài
- 2 quả bí mùa hè vừa phải, cắt
- ¼ chén dầu Olive
- ⅓ cốc nước cốt chanh tươi
- 3 thìa mật ong
- ¼ chén Rau mùi tươi thái hạt lựu
- Muối và hạt tiêu cho vừa ăn

Hướng

a) Làm nước xốt: Trong một đĩa nhỏ, trộn đều tất cả các nguyên liệu và đặt sang một bên.

b) Trong một đĩa vừa phải , trộn dầu ô liu, tỏi, ớt và hạt comino và trộn đều. Thêm các tấm bí và zucchini và trộn đều để các quả bí được bao phủ hoàn toàn trong hỗn hợp.

c) Đặt bí lên vỉ nướng trên lửa vừa phải và nấu khoảng 3 phút cho mỗi mặt hoặc cho đến khi chín vàng đều. Lấy bí ra khỏi vỉ nướng, bày ra đĩa, rưới nước sốt lên và dùng.

85. Fettuccine với nấm sò

Năng suất: 4 phần ăn

Thành phần

- 8 tép tỏi; phân đoạn mỏng
- 4 muỗng canh dầu ô liu nguyên chất
- 1 cốc Cinzano Rosso hoặc rượu vermouth đỏ ngọt khác
- ½ pound nấm sò; nướng hoặc nướng
- 1 chén nước dùng gà
- 4 muỗng canh dầu ô liu siêu nguyên chất
- Muối; nếm thử
- Hạt tiêu vừa mới nghiền; nếm thử
- 1 pound mì ống tươi; cắt thành fettuccine
- 1 bó rau arugula tươi; cắt gốc, rửa sạch,
- Một nắm đậu Hà Lan để trang trí

Hướng

a) Đun sôi 6 lít nước và thêm 2 thìa muối. Trong chảo rán từ 10 đến 12 inch, đun nóng 4 muỗng canh dầu ô liu nguyên chất trên lửa vừa phải, thêm tỏi và xào cho đến khi có màu nâu nhạt. Tắt bếp và thêm Cinzano.

b) Đặt lại trên đầu đốt và thêm nấm sò, nước dùng gà và 4 muỗng canh dầu ô liu nguyên chất và giảm một nửa. Nêm với muối và hạt tiêu. Thả mì ống vào nước sôi và nấu cho đến khi mềm (khoảng 1 đến 2 phút). Xả trong chao trên bồn rửa và đổ mì ống nóng vào

c) Áp chảo với hỗn hợp nấm. Khuấy nhẹ nhàng trên lửa vừa phải trong 1 phút để phủ mì. Trộn rau arugula thô và trộn trong 30 giây cho đến khi héo. Đổ vào một món ăn phần nóng và phục vụ ngay lập tức.

86. rau mùa thu trên vỉ nướng

Năng suất: 1 phần ăn

Thành phần

- 2 Khoai tây nướng
- 2 củ khoai lang
- 1 quả bí đao
- $\frac{1}{4}$ chén bơ, tan chảy
- 3 muỗng canh dầu thực vật
- 1 thìa húng tây
- Muối và hạt tiêu cho vừa ăn

Hướng

a) Làm nóng vỉ nướng và sẵn sàng để nướng gián tiếp. Gọt vỏ khoai tây, khoai lang và bí. Cắt thành các đoạn dày 1 inch. Loại bỏ hạt và xơ từ bí. Trộn rau với dầu, muối và hạt tiêu. Trong một món ăn nhỏ trộn bơ và húng tây

b) Đặt rau trên vỉ nướng cách xa nguồn nhiệt trực tiếp.

c) Đóng nắp và nấu trong khoảng 15 phút. Xoay và tiếp tục nấu thêm 15 phút nữa. Xoay một lần nữa và chải bằng hỗn hợp bơ và cỏ xạ hương. Tráng tất cả các mặt và tiếp tục nấu cho đến khi rau mềm.

87. Bí đỏ nướng và măng tây

Năng suất: 1 phần ăn

Thành phần

- 4 quả bí đao
- Muối; nếm thử
- Tiêu; nếm thử
- 4 nhánh hương thảo
- 4 thìa hành tây; băm nhỏ
- 4 thìa cần tây; băm nhỏ
- 4 thìa cà rốt; băm nhỏ
- 4 muỗng canh dầu ô liu
- 2 chén nước dùng rau
- 1 cân Quinoa; rửa sạch
- 2 pound Nấm rừng tươi
- 2 pound Măng tây bút chì

Hướng

a) Chà xát mạnh quả bí với muối, hạt tiêu, dầu và hương thảo, bên trong.

b) Nướng úp mặt xuống trong 8 phút. Lật, Đặt hương thảo vào bên trong và nấu, đậy nắp trong 20 phút.

c) Trong một cái nồi, cho hành tây, cần tây, cà rốt và 1 muỗng canh dầu ô liu vào nấu. Thêm nước dùng và quinoa và đun sôi. Đậy kín và đun nhỏ lửa trong 10 phút. Mở bí, đặt hỗn hợp quinoa bên trong bí và đậy nắp. Nấu thêm 10 phút.

d) Trộn nhẹ nấm và măng tây với dầu ô liu, muối và hạt tiêu. Nướng trong 3 phút mỗi bên. Phục vụ bí với quinoa bên trong và có nấm và măng tây chảy xung quanh.

88. cải thìa nướng

Năng suất: 1 phần ăn

Thành phần

- Cải ngọt 2 đầu
- ¼ chén giấm rượu gạo
- 1 muỗng canh tương ớt
- Muối và tiêu
- ¾ chén dầu thực vật
- 2 cây hành lá; thái hạt lựu
- 2 muỗng canh hạt mè

Hướng

a) Trong một món ăn, trộn giấm, tương ớt và nêm muối và hạt tiêu.

b) Đánh bông trong dầu. Khuấy hành lá và hạt vừng.

c) Làm nóng vỉ nướng và đặt các miếng cải ngọt lên vỉ nướng nóng. Nướng từ 2 đến 5 phút cho đến khi mềm giòn. Ăn mặc với dấm.

89. Salad vườn nướng

Năng suất: 6 phần

Thành phần

- 2 quả cà chua vừa phải , bỏ hạt và thái hạt lựu
- 1 Zucchini vừa phải , thái hạt lựu
- 1 chén ngô nguyên hạt đông lạnh, rã đông
- 1 quả bơ chín nhỏ, bóc vỏ, bỏ hạt và thái hạt lựu
- ⅓ chén Hành lá thái mỏng có ngọn
- ⅓ chén nước sốt Pace Picante
- 2 muỗng canh dầu thực vật
- 2 muỗng canh Rau mùi tươi hoặc rau mùi tây thái hạt lựu
- 1 muỗng canh chanh hoặc nước cốt chanh
- ¾ muỗng cà phê muối tỏi
- ¼ muỗng cà phê thì là

Hướng

a) Trộn cà chua, bí xanh, ngô, bơ và hành lá trong một đĩa lớn.

b) Trộn các thành phần còn lại; trộn đều. Đổ hỗn hợp rau; trộn nhẹ nhàng. Làm lạnh 3-4 giờ, thỉ nh thoảng khuấy nhẹ.

c) Khuấy nhẹ và dùng lạnh hoặc ở nhiệt độ phòng với Sốt Pace Picante bổ sung.

90.   Măng tây và cà chua nướng

Năng suất: 1 phần ăn

Thành phần

- 12 ounce Măng tây, tỉa
- 6 Cà chua chín, cắt đôi
- 3 muỗng canh dầu ô liu
- Muối và tiêu
- 1 tép tỏi, băm nhỏ
- 1 muỗng canh Mù tạt
- 3 muỗng canh giấm balsamic
- ⅓ chén dầu ô liu
- Muối và tiêu

Hướng

a) Đun nóng chảo nướng ở nhiệt độ cao vừa phải. Trong một món ăn lớn trộn măng tây với dầu ô liu và muối và hạt tiêu. Chải cà chua với dầu ô liu còn lại trong đĩa. Nướng măng tây và cà chua riêng cho đến khi mềm nhưng không bị nát.

b) Trong đĩa Trộn tỏi, mù tạt, giấm balsamic và dầu ô liu bằng máy đánh trứng hoặc máy trộn cầm tay. Nêm nếm với muối và hạt tiêu

c) Phục vụ rau nướng rắc giấm.

91.   Cá tráp nướng thì là

Năng suất: 1 phần ăn

Thành phần

- 4 miếng phi lê cá mè
- Dầu ô liu để đánh răng
- 10 củ hẹ; bóc vỏ, phân khúc
- 4 củ cà rốt; phân đoạn tốt
- 1 cây thì là; lõi, giảm một nửa
- 2 nhúm nghệ tây
- Rượu trắng ngọt
- 1 lít nước kho cá
- kem đôi 1 panh
- Một quả cam; nước trái cây của
- 1 bó Rau mùi; thái hạt lựu

Hướng

a) Nấu cà rốt, hẹ tây, thì là và nghệ tây trong dầu ô liu không màu trong 3-4 phút. Đổ rượu ngập 3/4 rau và giảm hoàn toàn.

b) Thêm nước kho cá và giảm một phần ba. Kiểm tra cà rốt trong khi đun nhỏ lửa và nếu vừa chín tới, hãy lọc lấy nước từ rau củ và cho rượu trở lại chảo để đun nhỏ lửa thêm. Đặt rau sang một bên.

c) Thêm kem vào rượu khử và giảm để hơi đặc lại. Chải phi lê cá tráp với dầu ô liu và đặt mặt da của vỉ nướng xuống dưới.

d) Thêm nước cam vào nước dùng đã giảm và cho rau trở lại chảo. Nêm và phục vụ với cá.

92.   Salad Caribbean nướng Chili

Năng suất: 2 phần ăn

Thành phần

- ¼ chén mù tạt Dijon
- ¼ cốc mật ong
- 1½ muỗng canh Đường
- 1 muỗng canh dầu mè
- 1½ muỗng canh giấm táo
- 1½ muỗng cà phê nước cốt chanh
- 2 quả cà chua vừa phải , thái hạt lựu
- ½ chén hành Tây Ban Nha, thái hạt lựu
- 2 muỗng cà phê tiêu Jalapeño
- 2 muỗng cà phê Rau mùi, bằm nhuyễn
- nhúm muối
- 4 nửa ức gà; không xương và không da
- ½ chén nước muối Teriyaki
- 4 chén xà lách Iceberg, thái hạt lựu
- 4 chén rau diếp lá xanh, thái hạt lựu
- 1 chén bắp cải đỏ, thái hạt lựu
- 1 lon Dứa miếng trong nước ép,

- ; ráo nước (5,5 oz. lon)
- 10 miếng bánh tortilla

Hướng

a) Làm nước xốt bằng cách trộn tất cả nguyên liệu trong một đĩa nhỏ bằng máy trộn điện. Đậy nắp và làm lạnh.

b) Làm món Pico de Gallo bằng cách kết hợp tất cả nguyên liệu trong một chiếc đĩa nhỏ. Đậy nắp và làm lạnh.

c) Ướp gà trong teriyaki ít nhất 2 giờ. Cho gà vào túi và đổ nước muối vào trộn đều rồi cho vào tủ lạnh.

d) Chuẩn bị thịt nướng hoặc làm nóng bếp nướng. Nướng gà trong 4 đến 5 phút mỗi bên hoặc cho đến khi hoàn thành.

e) Trộn rau diếp và bắp cải với nhau, sau đó chia rau xanh thành 2 đĩa salad lớn cho từng phần.

f) Chia pico de gallo và đổ thành 2 phần bằng nhau trên rau xanh.

g) Chia dứa và rắc nó lên món salad.

h) Bẻ bánh tortilla thành những miếng lớn và rắc một nửa lên mỗi món salad.

i) Chia ức gà nướng thành các dải mỏng và trải một nửa dải lên mỗi món salad.

Đổ nước sốt ra 2 đĩa nhỏ và dùng kèm với salad.

93. Rau arugula và salad rau củ nướng

Năng suất: 8 phần ăn

Thành phần

- 1½ chén dầu ô liu
- ¼ chén nước cốt chanh
- ¼ chén giấm balsamic
- ¼ chén Thảo mộc tươi; phần bằng nhau
- . mùi tây, hương thảo, cây xô thơm
- . húng tây và oregano
- Sốt Tabasco 4 gạch ngang
- Muối và hạt tiêu cho vừa ăn
- 2 quả ớt chuông đỏ; giảm một nửa
- 3 quả cà chua mận; giảm một nửa
- 2 củ hành đỏ vừa phải
- 1 quả cà tím nhỏ; Phân đoạn 1/2 "dày
- 10 cái nấm nút
- 10 củ khoai tây đỏ nhỏ; nấu chín
- ⅓ chén dầu ô liu
- Muối và hạt tiêu cho vừa ăn
- 3 bó rau xà lách; rửa sạch và sấy khô

- 1 cân phô mai Mozzarella; phân đoạn mỏng

- 1 chén ô liu đen; đọ sức

Hướng

a) Trong một đĩa vừa phải , trộn dầu ô liu, nước cốt chanh, giấm, rau thơm, sốt Tabasco, muối và hạt tiêu; sau đó đánh đều với nhau. Để qua một bên.

b) Đặt ớt, cà chua, hành tây, cà tím, nấm và khoai tây vào một đĩa rất lớn. Thêm dầu ô liu, muối và hạt tiêu; sau đó trộn đều để phủ dầu lên rau củ. Nướng rau củ trên lửa vừa phải cho đến khi chín vàng đều, mỗi mặt từ 4 đến 6 phút. Lấy ra khỏi vỉ nướng và ngay khi đủ nguội để cầm, cắt thành miếng vừa ăn.

c) Xếp rau arugula trên một đĩa lớn, nông. Sắp xếp các loại rau nướng lên trên rau arugula, phủ phô mai mozzarella và ô liu lên trên và dùng kèm với nước sốt.

94. Salad thịt cừu nướng và đậu lima

Năng suất: 4 phần ăn

Thành phần

- 2 quả ớt chuông đỏ
- ¾ chén dầu Olive
- ¼ chén giấm balsamic
- 1 thìa tỏi; băm nhỏ
- ¼ chén húng quế; thái hạt lựu
- Muối và hạt tiêu cho vừa ăn
- 1 chén đậu lima; bóc vỏ
- 1 pound Thịt cừu; hình khối 1/2"
- 1 bó rau xà lách; rửa sạch và sấy khô
- 1 quả cà chua lớn; thái hạt lựu lớn

Hướng

a) Nướng ớt trên lửa nóng, lăn chúng xung quanh để chín đều, cho đến khi vỏ rất sẫm màu và phồng rộp. Lấy ra khỏi vỉ nướng, cho vào túi giấy màu nâu, buộc miệng túi lại và để ớt nguội trong túi trong 20 phút. Lấy ra khỏi túi, bóc vỏ và lấy hạt và cuống.

b) Cho ớt vào máy xay hoặc máy trộn thực phẩm và khi động cơ vẫn đang chạy, thêm dầu ô liu vào một dòng ổn định. Thêm giấm balsamic, tỏi và húng quế rồi trộn đều.

c) Nêm muối và hạt tiêu, sau đó đặt sang một bên.

d) Trong một cái chảo vừa phải, đun sôi 2 cốc nước muối. Thêm đậu lima và nấu cho đến khi chúng mềm nhưng không bị nhão, từ 12 đến 15 phút. Để ráo nước, ngâm vào nước lạnh để ngừng nấu, để ráo nước lần nữa và cho vào đĩa lớn.

e) Trong khi đó, nêm thịt cừu với muối và hạt tiêu cho vừa ăn, Xiên vào xiên và nướng trên lửa nóng từ 3 đến 4 phút mỗi bên.

f) Lấy ra khỏi bếp và trượt ra khỏi xiên.

g) Thêm thịt cừu, rau arugula và cà chua vào đĩa chứa đậu lima. Khuấy đều nước xốt, thêm vừa đủ để làm ấm nguyên liệu, trộn đều và dùng.

95. Salad bơ và gạo

Năng suất: 4 phần ăn

Thành phần

- 1 chén cơm Wehani
- 3 quả cà chua chín mọng; hạt và thái hạt lựu
- ¼ chén hành tím thái hạt lựu
- 1 quả ớt Jalapeño nhỏ; hạt và thái hạt lựu
- ¼ chén rau mùi thái hạt lựu
- ¼ chén dầu ô liu nguyên chất
- 1 muỗng canh nước cốt chanh
- ⅛ muỗng cà phê hạt cần tây
- Muối và tiêu; nếm thử
- 1 quả bơ chín
- Rau mầm hỗn hợp

Hướng

a) Nấu cơm Wehani theo hướng dẫn trên bao bì

b) Trải trên một tấm nướng để nguội.

c) Trong một đĩa lớn, trộn cơm với cà chua, hành tím, ớt jalapeño và ngò. Thêm dầu ô liu nguyên chất, nước cốt chanh và hạt cần tây. Nêm với muối và hạt tiêu

d) Để phục vụ, gọt vỏ và cắt lát bơ. Sắp xếp các phân đoạn trên rau xanh hỗn hợp.

e) Dùng thìa trộn salad cơm Wehani với bơ. Trang trí với rau nướng, nếu muốn.

96. Cơm gạo lứt và rau củ nướng

Năng suất: 6 phần

Thành phần

- 1½ chén gạo lứt
- 4 quả Zucchini, giảm một nửa theo chiều dọc
- 1 củ hành đỏ lớn, cắt ngang thành 3 đoạn dày
- ¼ chén dầu ô liu, cộng với ...
- ⅓ chén dầu ô liu
- 5 muỗng canh nước tương
- 3 muỗng canh nước sốt Worrouershire
- 1½ chén dăm gỗ Mesquite ngâm trong nước lạnh trong 1 giờ (tùy chọn)
- 2 chén ngô tươi
- ⅔ cốc nước cam tươi
- 1 muỗng canh nước cốt chanh tươi
- ½ chén mùi tây Ý thái hạt lựu

Hướng

a) Nấu cơm trong một nồi nước muối sôi lớn cho đến khi mềm, khoảng 30 phút

b) Thoát nước tốt. Để nguội đến nhiệt độ phòng.

c) Trộn ¼ chén dầu, 2 muỗng canh nước tương và 2 muỗng canh sốt Worrouershire; đổ phần zucchini và hành tây vào một cái đĩa nông. Để ướp trong 30 phút, xoay rau một lần trong thời gian này.

d) Thịt nướng đã sẵn sàng (nhiệt độ vừa phải - cao). Khi than chuyển sang màu trắng, loại bỏ vụn mesquite (nếu sử dụng) và rắc lên than. Khi khoai tây chiên bắt đầu bốc khói, đặt hành tây và bí xanh lên vỉ nướng, nêm muối và hạt tiêu

e) Đậy nắp và nấu cho đến khi mềm và có màu nâu (khoảng 8 phút), thỉnh thoảng xoay và chải bằng nước muối. Lấy rau ra khỏi vỉ nướng.

f) Cắt hành tây thành các phần tư và zucchini thành miếng 1 inch. Bày ra đĩa cùng với cơm và ngô đã nguội.

g) Đánh đều nước cam, nước cốt chanh, ⅓ chén dầu, 3 muỗng canh nước tương và 1 muỗng canh sốt Worcestershire. Đổ 1 cốc nước xốt lên món salad và trộn đều. Khuấy rau mùi tây và nêm muối và hạt tiêu.

h) Phục vụ món salad với nước sốt bổ sung ở bên cạnh.

97. Quả táo gỏi xoài gà nướng

Năng suất: 4 phần ăn

Thành phần

- 2 muỗng canh Giấm rượu gạo
- 1 thìa lá hẹ tươi; thái hạt lựu
- 1 thìa gừng tươi; nạo
- ½ muỗng cà phê muối
- ¼ muỗng cà phê tiêu mới xay
- 1 muỗng canh dầu hướng dương
- ½ muỗng cà phê muối
- ¼ muỗng cà phê tiêu mới xay
- ¼ muỗng cà phê thì là
- 1 nhúm ớt đỏ xay
- 4 Rút xương; nửa ức gà không da
- Xịt nấu rau
- 8 chén xà lách trộn
- 1 quả xoài lớn; bóc vỏ và phân đoạn
- 2 quả táo Golden Delicious; Gọt vỏ, bỏ lõi, thái lát mỏng
- ¼ chén hạt hướng dương
- bánh mì vùng; (không bắt buộc)

Hướng

a) Làm Gừng-Vinaigrette: Trộn giấm, hẹ, gừng, muối và hạt tiêu trong một đĩa nhỏ; dần dần đánh trong dầu. Làm cho $\frac{1}{4}$ cốc.

b) Trộn muối, hạt tiêu, thì là và ớt đỏ trong cốc. vẩy khắp hai mặt gà. Phủ nhẹ lên chảo nướng nặng hoặc vỉ nướng gang bằng bình xịt nấu rau củ

c) Đun nóng từ 1 đến 2 phút ở nhiệt độ cao vừa phải

d) Nấu gà từ 5 đến 6 phút mỗi bên, cho đến khi chín hẳn. Di chuyển đến thớt.

e) Trộn các miếng rau xanh, xoài và táo với 3 muỗng canh nước sốt. Sắp xếp salad trên 4 đĩa ăn tối riêng lẻ.

f) Phân gà và chia đều trên rau xanh; rưới 1 thìa nước sốt còn lại lên gà. rắc 1 thìa hạt hướng dương lên mỗi món salad.

g) Ăn kèm với bánh mì mè, nếu muốn.

98. Gà nướng và salad đậu xanh

Năng suất: 4 phần ăn

Thành phần

- 2 muỗng canh tỏi băm
- 2 thìa gừng tươi; bóc vỏ và nạo
- 1 muỗng cà phê thì là
- ½ muỗng cà phê muối
- ¼ muỗng cà phê ớt đỏ xay
- 4 nửa ức gà đã rút xương và da
- 2 lon (15 ounce) đậu xanh; rửa sạch và để ráo nước
- ½ cốc sữa chua nguyên chất
- ½ chén kem chua
- 1 muỗng canh bột cà ri
- 1 thìa nước cốt chanh
- ½ muỗng cà phê muối
- 1 quả ớt chuông đỏ; thái hạt lựu
- ¼ chén Hành tím; thái hạt lựu
- 2 quả ớt jalapeño ; hạt và băm nhỏ
- 2 muỗng canh rau mùi tươi; thái hạt lựu
- 2 thìa bạc hà tươi; thái hạt lựu

- 3 chén rau bina tươi; bị rách
- 3 chén xà lách yếm đỏ; bị rách
- 2 thìa nước cốt chanh
- 1 muỗng canh dầu cà ri nóng

Hướng

a) Trộn 5 thành phần đầu tiên; văng vào tất cả các mặt của ức gà.

b) Che và làm lạnh trong 1 giờ

c) Khuấy đều đậu xanh và 10 thành phần tiếp theo; đậy nắp và làm lạnh. Nướng gà, đậy nắp nướng, ở nhiệt độ vừa phải - cao (350° đến 400°) 5 phút mỗi mặt. Cắt thành các đoạn dày $\frac{1}{2}$ inch. Giữ ấm. Trộn rau bina và rau diếp trong một đĩa lớn.

d) Đánh đều nước cốt chanh và dầu cà ri; vẩy lên rau xanh và trộn nhẹ nhàng. Sắp xếp đều trên 4 phần đĩa; phủ đều trên cùng với salad đậu xanh và một miếng ức gà cắt khúc. Năng suất: 4 phần ăn.

99. Salad prosciutto bò nướng

Năng suất: 1 phần ăn

Thành phần

- ½ chén dầu Olive
- 3 tép tỏi; thái hạt lựu thô
- 4 nhánh hương thảo
- 8 giống beo; thăn bò
- Muối và hạt tiêu đen mới xay
- 2 trái chanh; nướng
- 1 muỗng canh hẹ thái hạt lựu
- 1 muỗng canh lá hương thảo tươi thái hạt lựu
- 3 tép tỏi nướng
- ½ chén dầu Olive
- Muối và hạt tiêu mới xay
- 8 chén xà lách romaine thái hạt lựu
- tỏi nướng chanh
- 8 đoạn Prosciutto; thái sợi
- 12 cây hành lá; nướng và thái hạt lựu
- 2 quả cà chua đỏ; thái hạt lựu
- 2 quả cà chua vàng; thái hạt lựu

- 1½ chén Gorgonzola vụn
- Thăn bò nướng; thái hạt lựu
- 4 quả trứng luộc chín; bóc vỏ và thái hạt lựu
- 2 quả bơ Haas; bóc vỏ, rỗ
- hẹ thái hạt lựu
- 8 tép tỏi nướng
- 2 thanh bơ không ướp muối; làm mềm
- Muối và hạt tiêu mới xay
- 16 khúc bánh mì Ý; Được phân đoạn 1/4 inch
- ¼ chén mùi tây thái hạt lựu
- ¼ chén oregano thái hạt lựu

Hướng

a) Trộn dầu, tỏi và hương thảo trong một đĩa nướng nông nhỏ. Thêm thịt bò và trộn lên áo khoác. Che và làm lạnh trong ít nhất 2 giờ hoặc qua đêm. Để ngoài nhiệt độ phòng 30 phút trước khi nướng

b) Làm nóng vỉ nướng. Vớt thịt bò ra khỏi nước muối, nêm muối và tiêu cho vừa ăn rồi nướng mỗi mặt từ 4 đến 5 phút cho chín tái vừa phải.

100. Gà nướng và khoai tây mới

Năng suất: 4 phần ăn

Thành phần

- 2 ức gà rút xương
- 3 muỗng canh dầu ô liu
- 8 củ khoai tây nhỏ mới, giảm một nửa
- Muối và mới xay
- Tiêu
- 6 tép tỏi nướng
- Sáu bánh bột mì 6 inch
- ½ chén pho mát Monterey Jack
- ½ chén phô mai Cheddar trắng
- 2 thìa húng tây tươi
- 2 muỗng canh dầu thực vật

Hướng

a) Làm nóng vỉ nướng. Phết ức gà với 1 muỗng canh dầu ô liu và nêm muối và hạt tiêu cho vừa ăn.

b) Nướng mỗi mặt ức từ 4 đến 5 phút, vớt ra để riêng.

c) Trộn khoai tây trong dầu ô liu còn lại và nêm muối và hạt tiêu cho vừa ăn. Nướng mặt thịt úp xuống trong 2 đến 3 phút cho đến khi có màu vàng nâu, lật lại và tiếp tục nấu cho đến khi mềm.

d) Đặt 4 bánh tortillas lên một tấm nướng không mỡ

e) Phết từng miếng bánh tortilla với 2 thìa phô mai, 4 miếng thịt gà, 1 tép tỏi và 4 nửa củ khoai tây. rắc từng chiếc bánh tortilla với cỏ xạ hương tươi.

f) Xếp chồng 2 lớp và phủ 2 bánh tortillas còn lại. Phết dầu thực vật lên mặt trên của bánh tortillas, đặt mặt dầu xuống vỉ nướng.

g) Nấu một mặt cho đến khi vàng nâu, lật lại và tiếp tục nấu cho đến khi phô mai tan chảy.

h) Cắt thành phần tư và phục vụ ngay lập tức.

PHẦN KẾT LUẬN

Nếu bạn muốn thứ gì đó chân thực, thì hãy sử dụng cách truyền thống, nhưng khi bạn đang tìm công thức nấu ăn yêu thích của riêng mình, hãy điều chỉnh nó theo cách bạn thích nhất. F

Với cuốn sách này, bạn sẽ có nền tảng vững chắc để tìm ra những gì phù hợp nhất với các loại thịt khác nhau, sau đó thử nghiệm và vui vẻ tìm ra công thức nấu ăn hoàn hảo của riêng mình. Như Picasso đã nói, "Hãy học các quy tắc như một người chuyên nghiệp, để bạn có thể phá vỡ chúng như một nghệ sĩ".

www.ingramcontent.com/pod-product-compliance
Lightning Source LLC
Chambersburg PA
CBHW070651120526
44590CB00013BA/919